నవ్వుల జంక్షన్

వర్చస్వి

(పుచ్చా లక్ష్మీనారాయణ వర్చస్వి)

ALL RIGHTS RESERVED

All rights reserved. No part of this publication may be reproduced, stored in or introduced into a retrieval system, or transmitted, in any form by any means may it be electronically, mechanical, optical, chemical, manual, photocopying, or recording without prior written permission of the Publisher/ Author.

Navvula Junction
by
VARCHASWI
(Putcha Lakshminarayana Varchaswi)

Mobile: +91 95532 71287
Email: varchaswi.official@gmail.com

Copy Right: VARCHASWI

Published By: Kasturi Vijayam
Published on: May-2025

ISBN (Paperback): 978-81-982729-8-0

Print On Demand

Ph:0091-9515054998
Email: Kasturivijayam@gmail.com

Book Available @ Amazon, flipkart

అంకితం

ఈ భారతాన పుట్టినదాది గిట్టే వరకూ

ఏ హంగూ, హంగామా లేకపోయినా

తప్పని కష్టాల కడివెడు ఖరము పొలందుకుంటూనే

హాస్యంపుగోక్షీరము గరిటెడైన చాలునంటూ

ఒకింత గ్రోలి, అదే 'ఆనందోబ్రహ్మ' అనుకుంటూ

నిర్భయంగా భవసాగరాలీదేస్తూ -

అయినా, నా దేశపు జెండాకున్నంత పొగరున్న

'కార్టూనిస్టుల కామన్ మ్యాన్' కి......!

- వర్చస్వి.

1
2

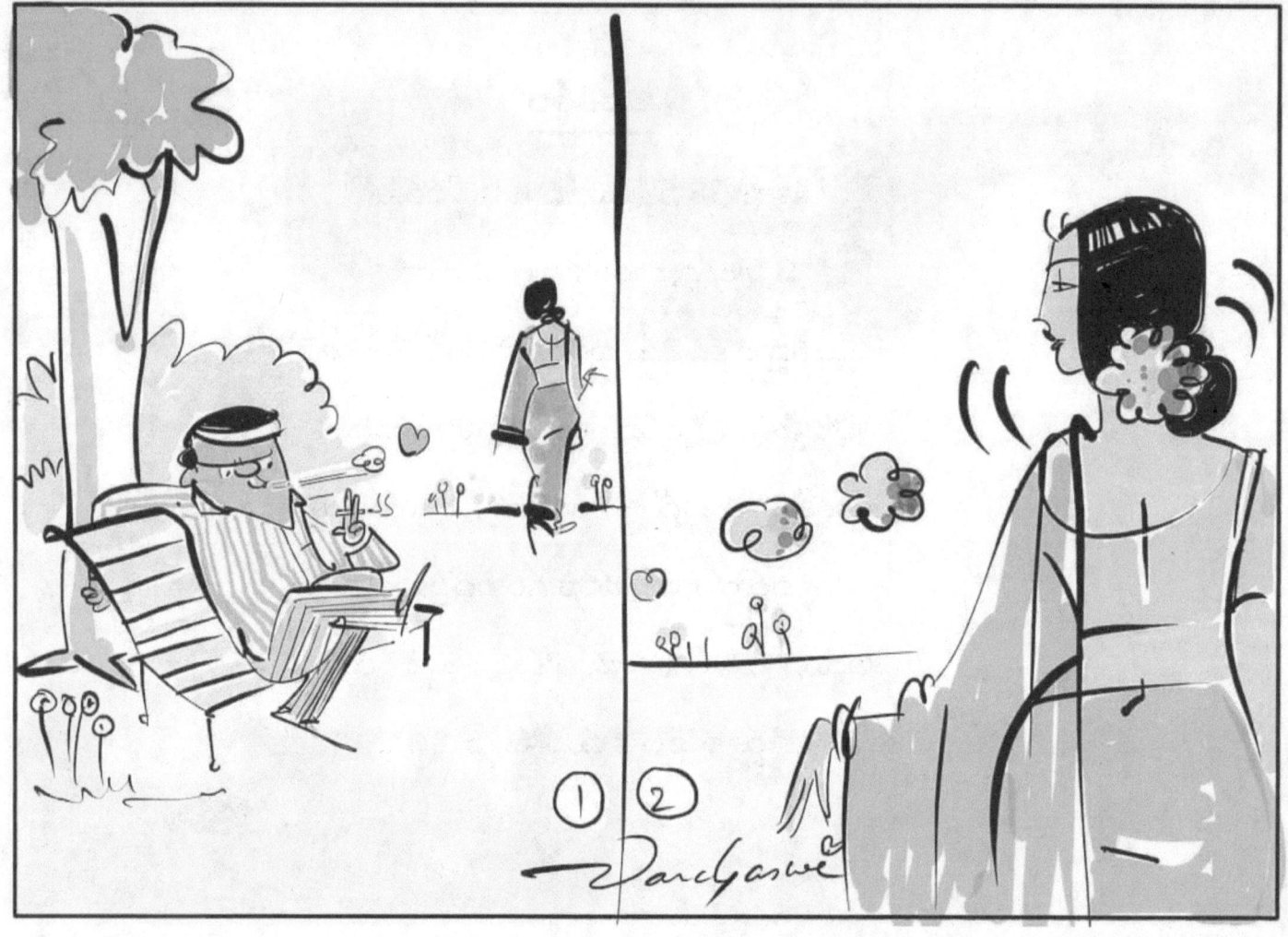

మున్ముందు మాట

(తెలుగు సాహితీ వసంతాన మెండైన సంతకం శ్రీ యండమూరి వారి రెండు పండంటి మాటలు)

ఏమిటి? కార్టూన్ పుస్తకం తెరిచి ముందు మాట కూడా చదవాలనుకుంటున్నారా? భలే. మీరు అసలు సిసలైన జిజ్ఞాసువు. వర్చస్వి బొమ్మలు 'మాట్లాడతాయి'. కొన్ని కార్టూన్లు 'అల్లరి' కూడా చేస్తాయి. ఈ పుస్తకంలో ప్రతి బొమ్మ ఒక 'కథ' చెప్తుంది. పాఠకులు ముచ్చటపడతారు. పెద్దలు ఎప్పుడో మరిచిపోయిన తమ నవ్వును గుర్తు చేసుకుంటారు.అవును. ఈ పుస్తకం మిమ్మల్ని చిన్న పిల్లగాడిని చేస్తుంది.

కనుబొమ్మలపై బొమ్మలు నాట్యం చేస్తుంటే...వేడి కాఫీ తాగుతూ మొదటి పేజీ తెరవండి. భోజనం వరకు నవ్వుతూనే ఉంటారు. అలా ఈ పుస్తకం మీ పెదవులపై చిరునవ్వు చిందించాలని కోరుకుంటున్నాను.

ఇక ఆలస్యం దేనికి? నవ్వుల ప్రపంచంలోకి అడుగుపెట్టండి.

హైదరాబాద్,

28.04.2025.

యండమూరి వీరేంద్రనాథ్.

ఇచట
ఏ దురాలోచన
చేయరాదు

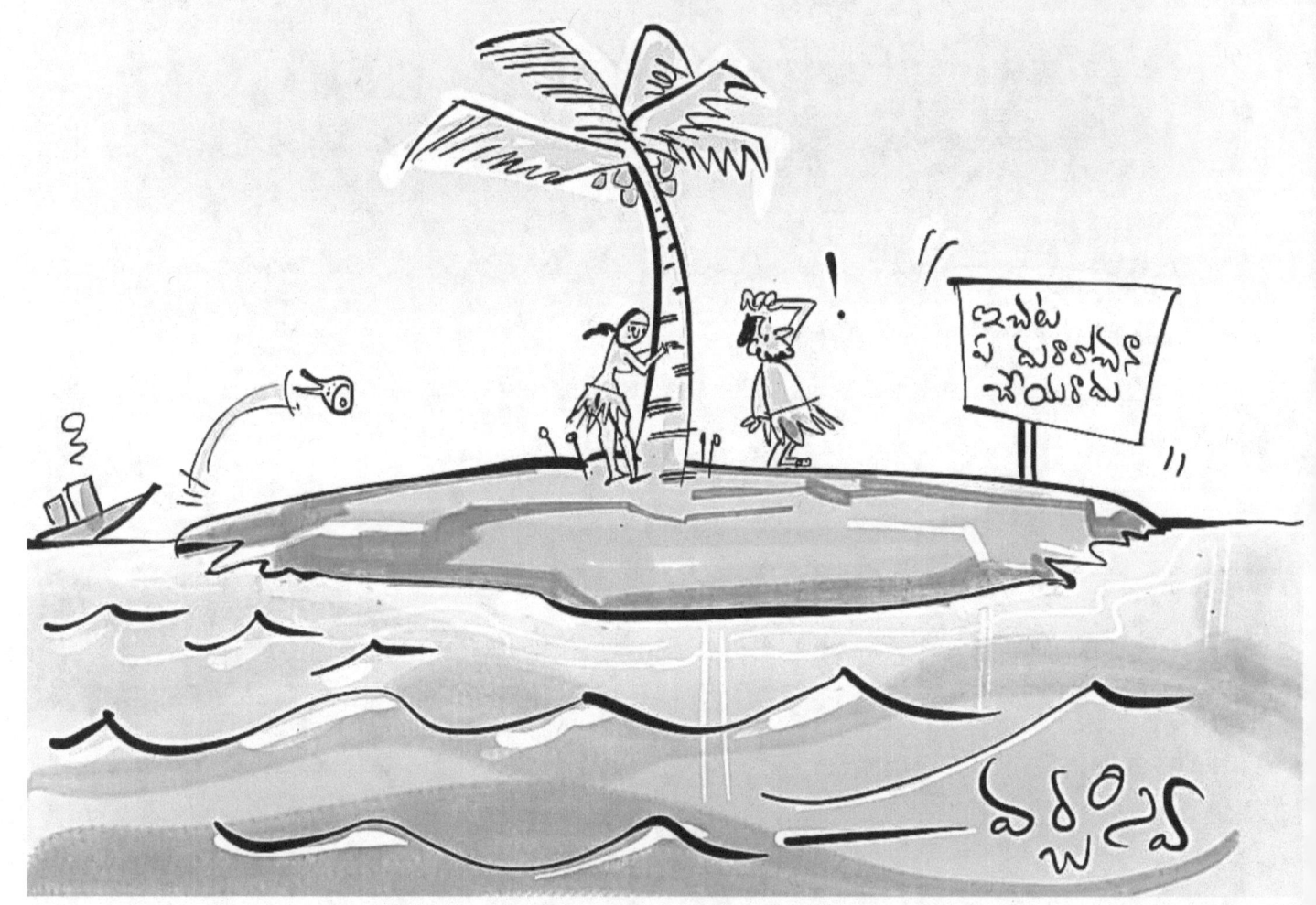

ముందు మాట

"ఇంకా ముందుమాటేమిటి ...కార్టూన్ పుస్తకం తెరిచి మళ్ళీ ముందు మాట కూడా చదవాలనుకుంటున్నారా అసలు సిసలైన జిజ్ఞాసువులా?" అనేశారు వీరేన్ మున్ముందు మాటలోనే! అంతేగా? బొమ్మతో ముసిముసిగా చిరునవ్వు పూసిందా లేదా...వ్యాఖ్య కూడా చదివేశాక ఇంకాస్త కసికసిగా పెనునవ్వు పరుచుకుందా లేదా? అథవా కొన్నిటికి నవ్వ లేదూ...పోయిందేమీలేదు. 'ఆశువుగా' జిజ్ఞాసులవుతాం! అదే వీరేన్ మాట, అన్నమాట! నిజంగా అదే 'కార్టూన్' లక్షణం కూడా! మనమూ ఆవిధంగా సలక్షణంగా ముందుకు పోదాం! జై బోలో కార్టూన్ కి!! జిందాబాద్ కార్టూనిస్ట్!!

నా ముందు మాట ముగించే ముందు, ఓ ఇరువురిని మననం చేసుకోవాలి. సాహితీ లోకాన, ఏ రసాన్నీ తన మానాన వదిలేయక, తనదైన కవనాన సకలరసాల్నీ పండించిన శ్రీ యండమూరి వారు, ఆప్యాయంగా ఈ నా నవ్వుల జంక్షన్ కొచ్చి హాస్యరసానురక్తితో రెండు 'మున్ముందు మాటలు' వడ్డించడం నా అదృష్టంగా భావిస్తూ వారికి ప్రత్యేక ధన్యవాదాలు!

అలాగే, డైనోజార్స్ అంతరించి పోయినట్టు, జనజీవితాల దైనందిన జీవితాల్లో హాస్యం హరించుకు పోతున్న వైనాన్ని పసికట్టేనేమో, పనికట్టుకుని 'ఆనందోబ్రహ్మ'లను తన సంపుటులదారాలతో కథాగుచ్ఛాలుగా కుట్టడమే కాక - అంతకుమించిన ప్రత్యేక శ్రద్ధతో, ఈ 'నవ్వుల జంక్షన్' ని వెలయించి, వ్యంగ్య వైభోగాన్ని మస్తుగా సాహితీవాడల చాటిన '

కస్తూరివిజయం' వారికి కూడా నా హృదయపూర్వక ధన్యవాదాలు.

ఇక పదండి ముందుకు.... వ్యంగ్యచిత్రానుభూతులు పొందేటందుకు....!

హైదరాబాద్,   మీ వర్చస్వి.

28.04.2025.

రైలు టిక్కెట్లు దొరక్క పోయినా -
ఏదో విధంగా మమ్మల్ని ఊరికి
తీసుకెళ్తాను... అన్న మమ్మల్ని మేం
నమ్మాం చూశారా... మొగుళ్ళు!!

తెగులు
మాతృ భాష
తెలుగు

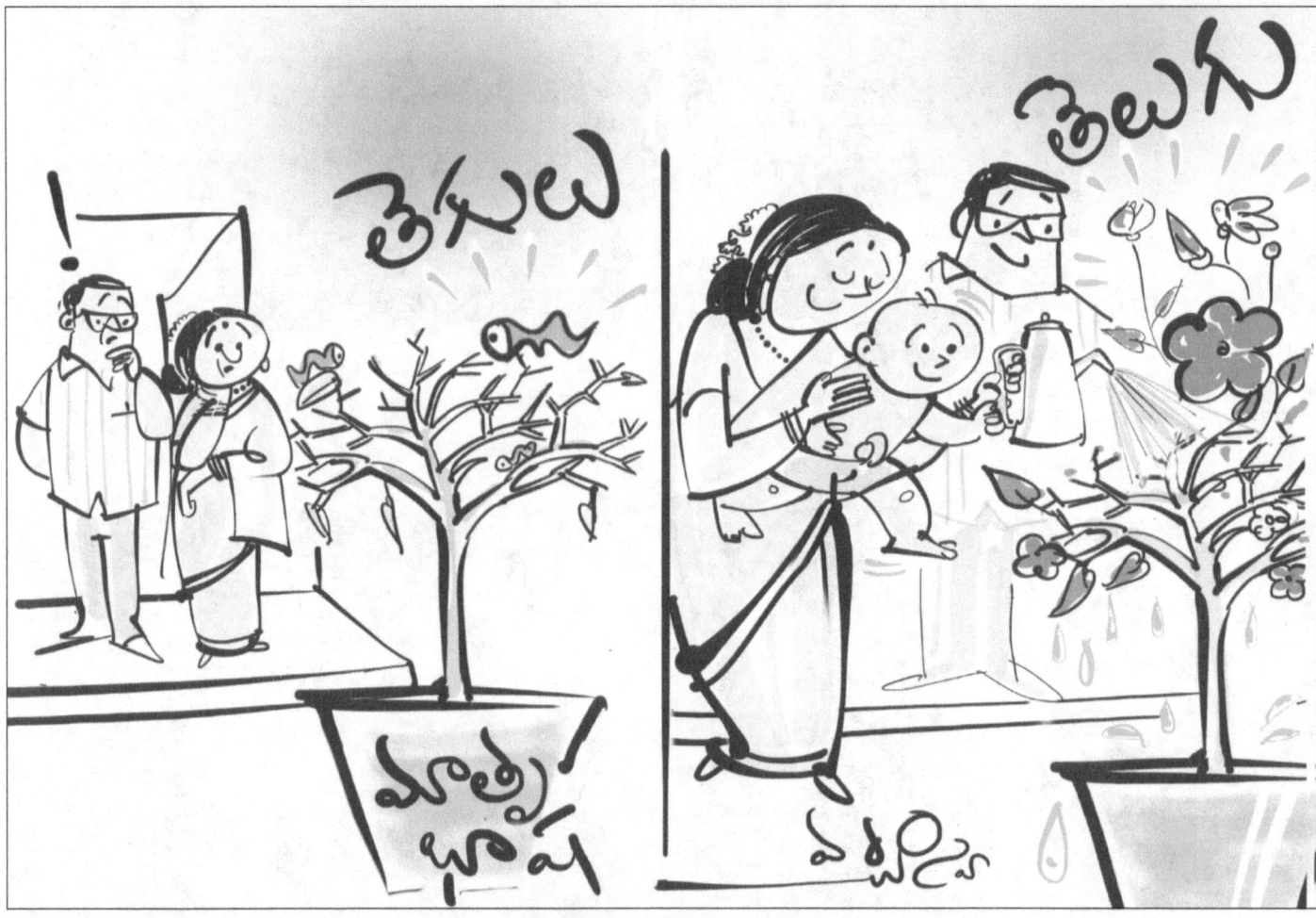

ఈ వ్యవహారాల్లో మెతుకు
ఎత్తిన తల
దించకూడ మన
సుబ్బారావ్!

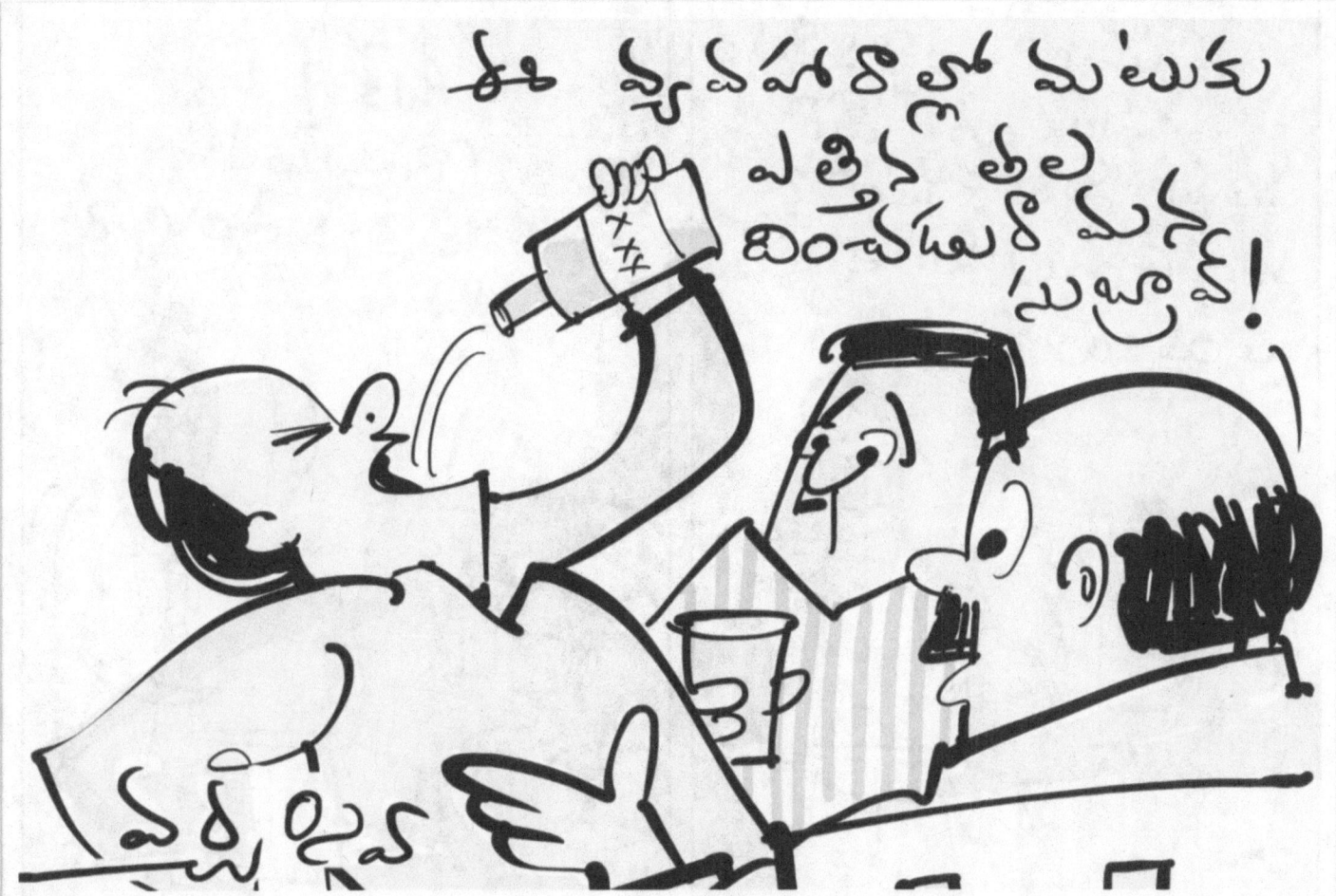

ఎప్పుడూ బుద్ధావతారం
లా... పవిత్రా చీర
మప్వా నా కోడలా?
ఏ ఆంకరు పిల్లలానో
తయారు కాక?
ఓకే!
ఇప్పుడెలా
ఉన్నానత్తయ్యా?

ఫేస్ బుక్కులో ఫదేళ్ళుగా 'చలిమిడి' గ్రూప్ కు
అడ్మిన్ గా ఉన్నందుకు 'జీవన సాఫల్య పురస్కారం
అందజేస్తున్నాం!!
సన్మానం

ఏవండోయ్! విన్నారా? చంద్రుడి మీద నా బరువు ఇరవై కిలోలే ఉంటుందట!! అక్కడికి షిఫ్టు ఔదామా?

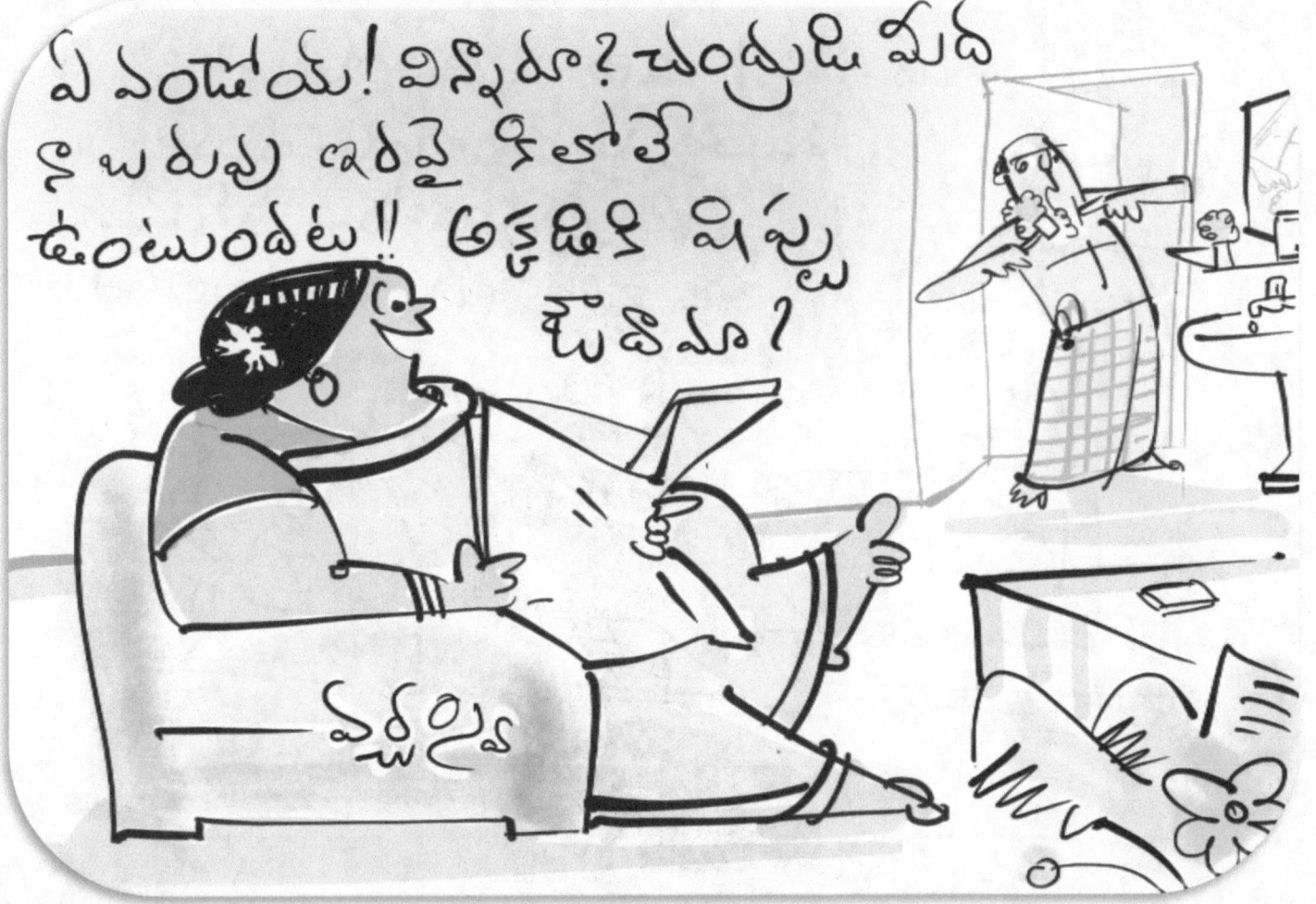

శివ శివా!! ఇది పరిణయము!
'ముందస్తు పరిణయ-ఛాయా గ్రహణము' కాదు ...
చాలించండి!

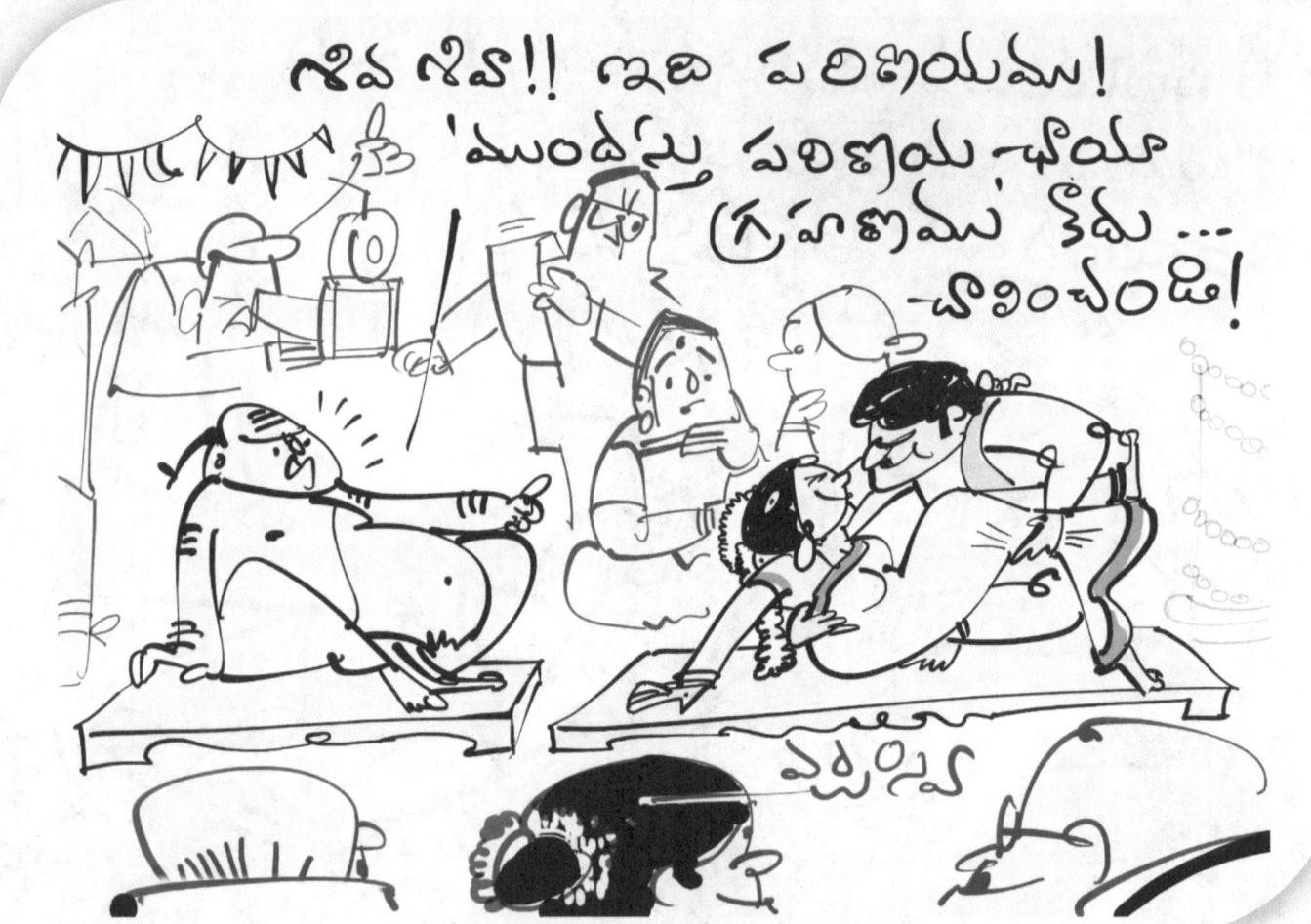

ఇట్టా ఓటీటీ లో కొత్త సినిమా
చూస్తున్నప్పుడల్లా... మధ్య మధ్యలో
నా చేత పాప్ కార్న్
తెప్పించుకు
తినకుం బావేరు
సుశీ !!

దారే పోయే మహాతల్లి అనసూయో
అసూయో మీకెందుకు? ముందా గొడుగు
సరిగా వెయ్యండి!

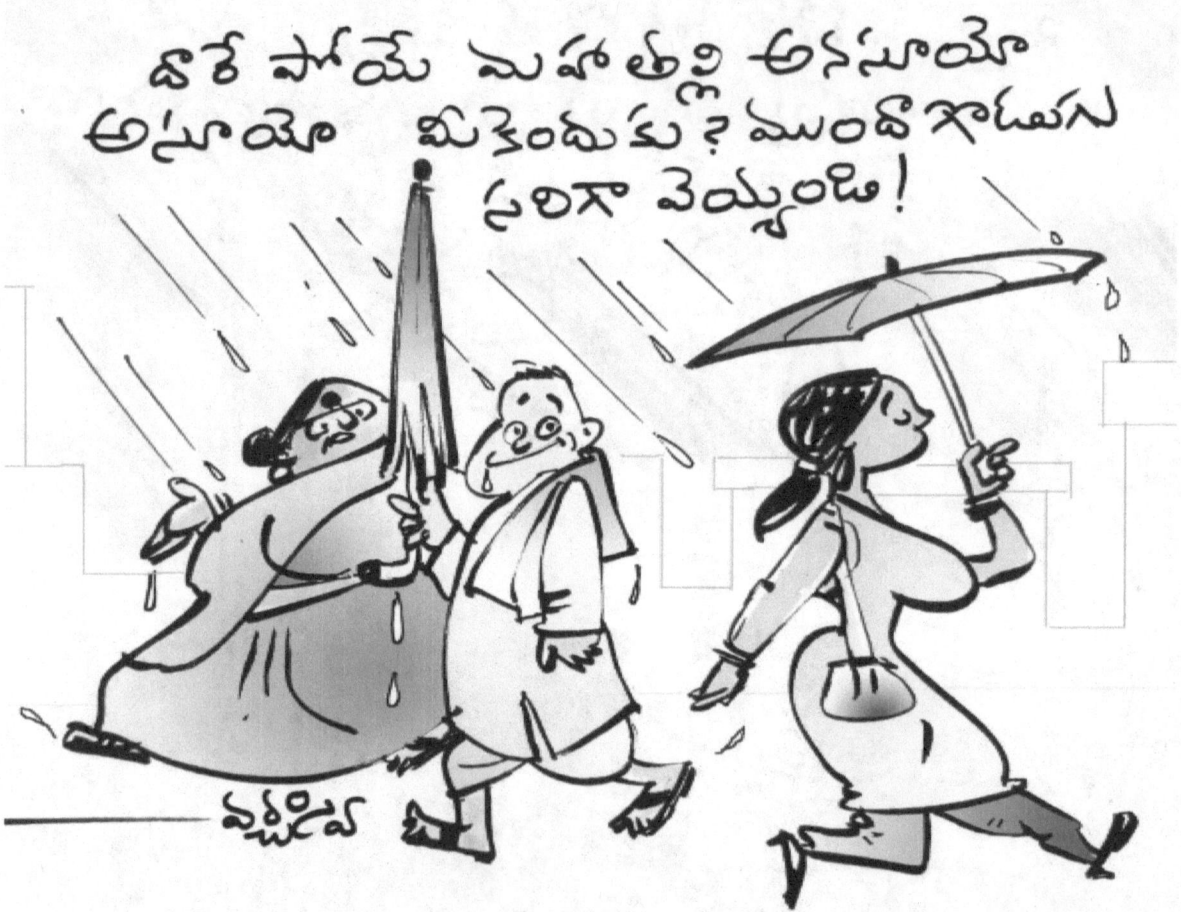

నన్నక్కడ పెట్టుకుని చూసు
కుంటున్నారా? పాపిష్టిదాన్ని!
ఎన్నెన్ని మాటలు అన్నాను?
అవును!
అద్దం ఎన్నటికీ
అబద్ధం
చెప్పదు మరి

నేనెప్పుడు
దీనిలాగా
నేనెప్పుడు
దీనిలాగా
డైటింగు
చేస్తానో

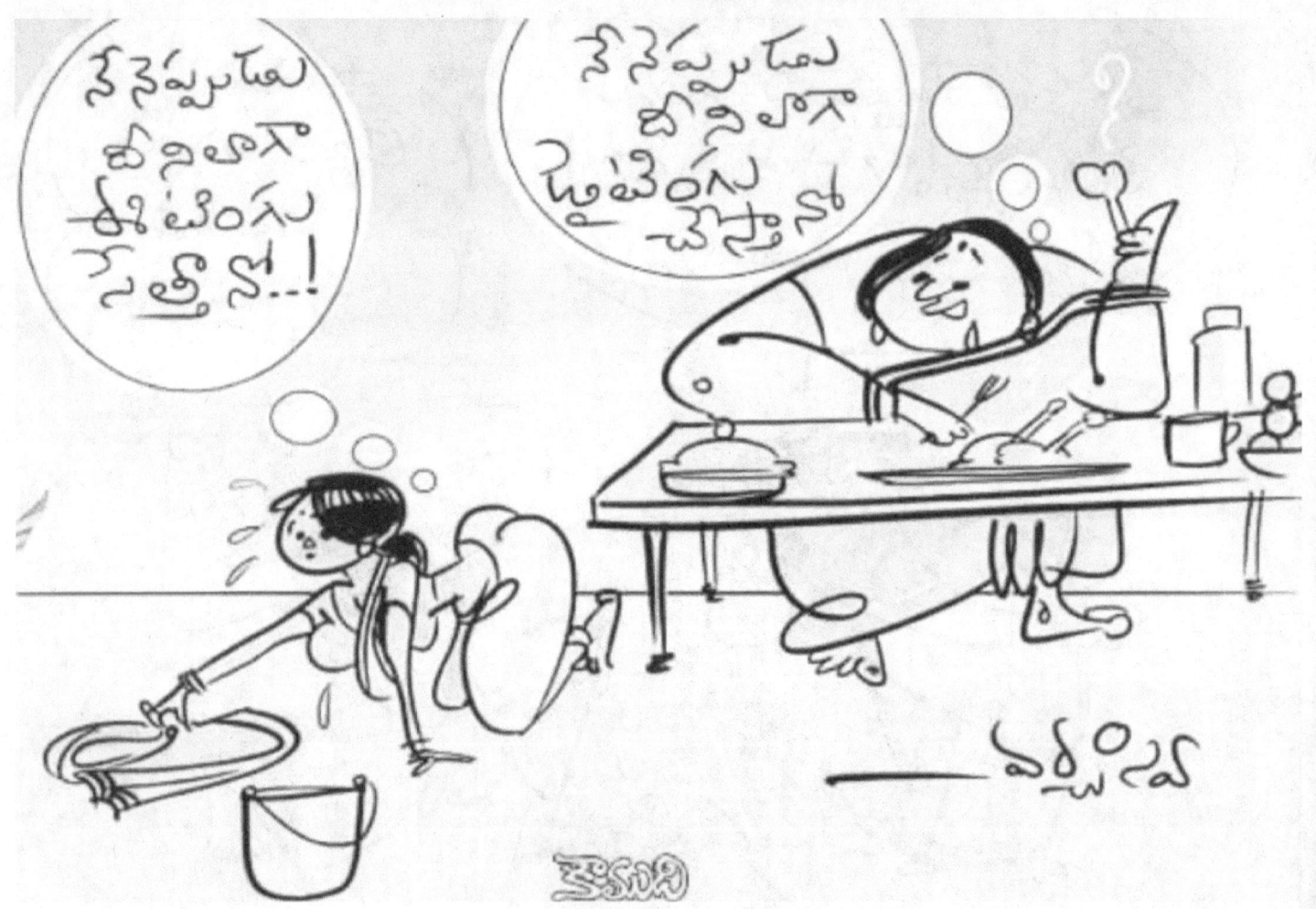

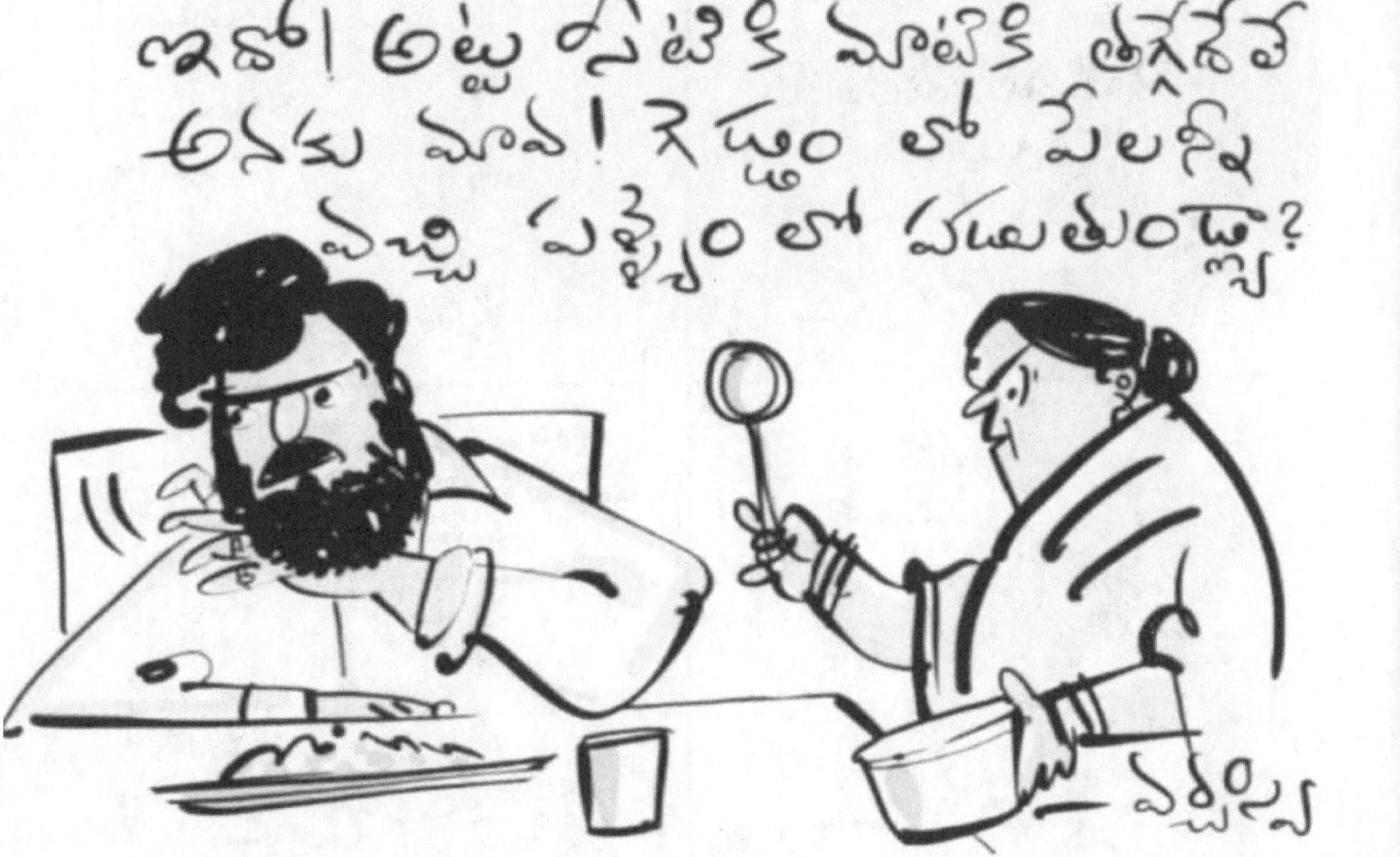

ఇదో! అట్టు నీటికి మాటికి తగ్గేదేలే
అనకు మావ! గెడ్డం లో పేలన్నీ
వచ్చి పళ్ళెం లో పడుతుండ్లా?
వర్చస్వ

ఇలా దయ చేయండి బుడుగూ
అబ్బ! శాలువా కే?
ఇంకా 'కవిత్వం చదవలేదుగా?
చదవకుండా ఉండటానికే ఇది!!

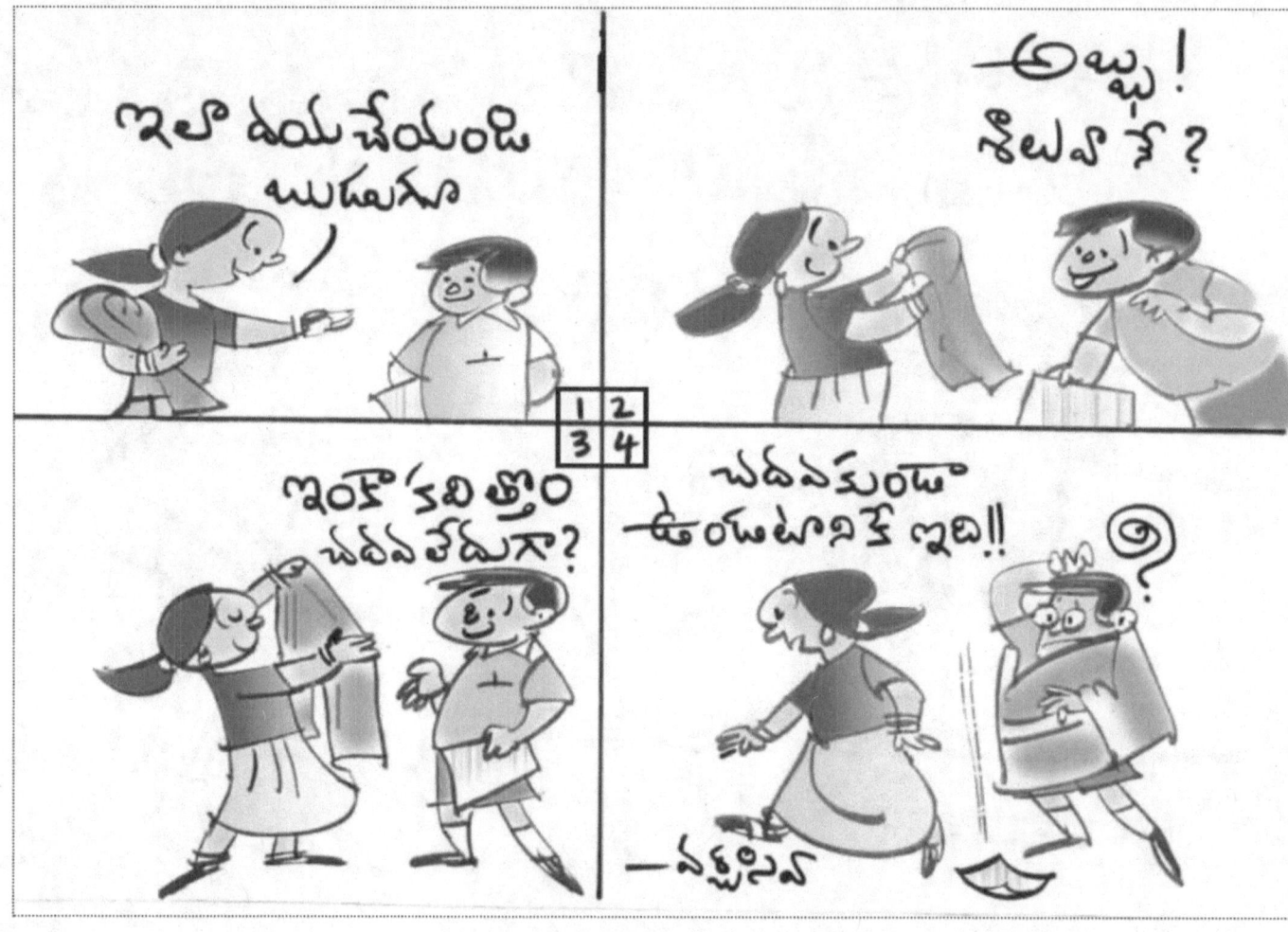

చెప్పొద్దూ? సాంబారు ఇవ్వాళ్ళ అద్దిరి పోయిందోయ్!!
అర్థమైపోయింది సార్! అందులో బల్లి పడ్డప్పుడల్లా మీకు రుచిగా ఉంటోంది!!
!

మీ ఆయన చాలా బాగా
రాస్తాడంటే కవిత్వం
అనుకున్నా! ఇదా?

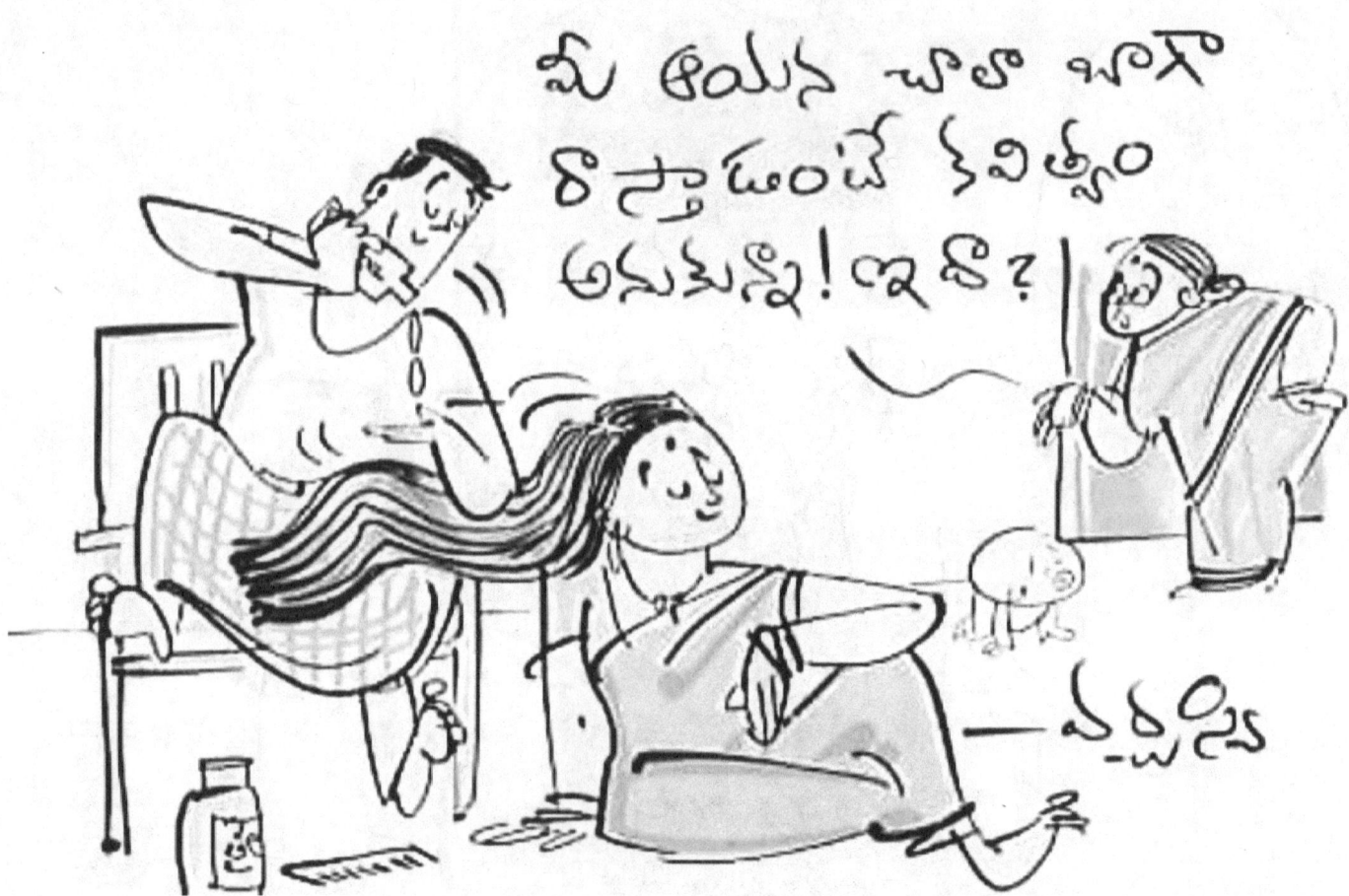

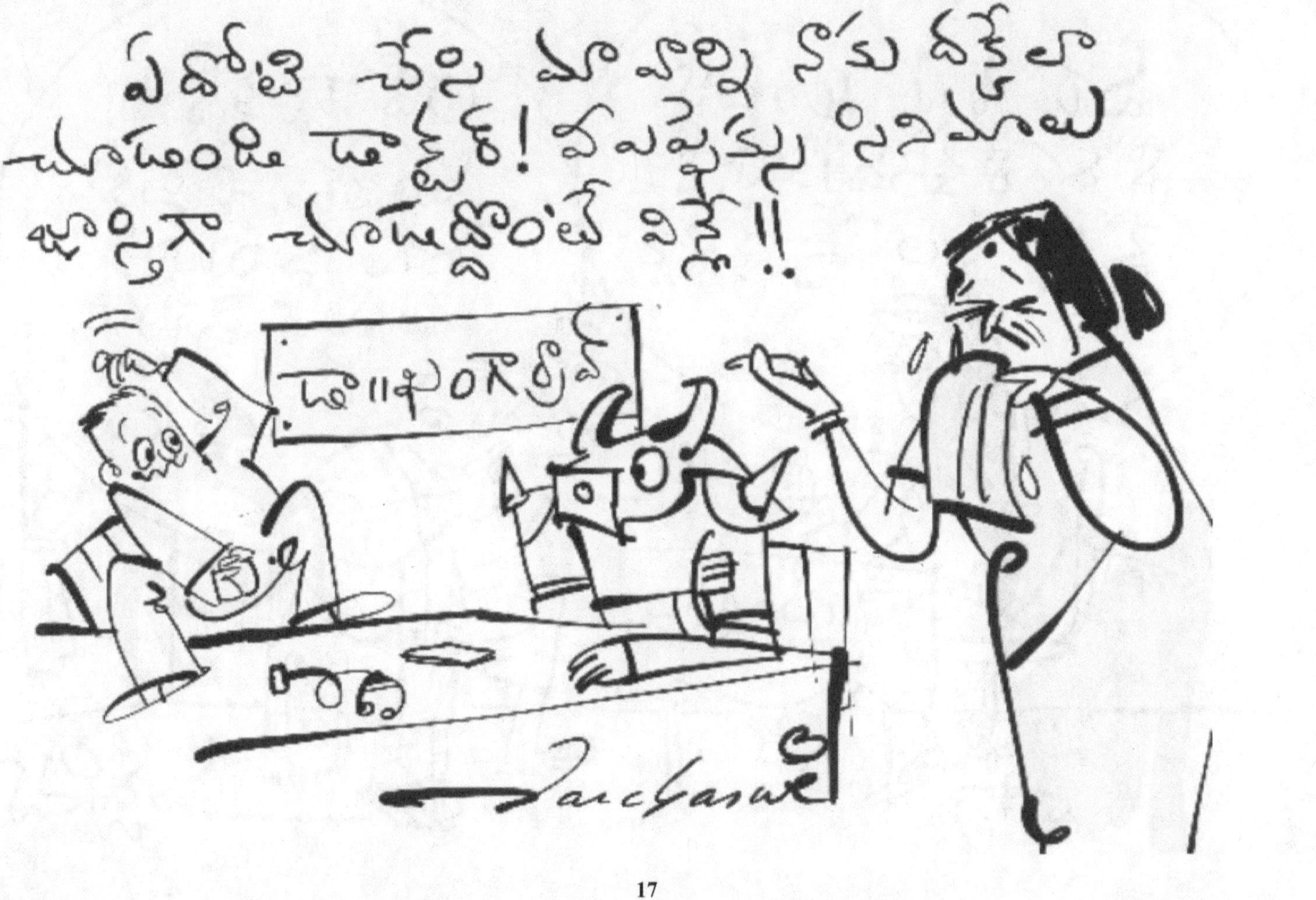

ఏదోటి చేసి మా వాణ్ణి నాకు దక్కేలా
చూడండి డాక్టర్!
సినిమాలు జాస్తిగా చూడద్దొంటే విన్లే!!

'వడ దెబ్బ' అంటావ్
నా దగ్గర కెందుకొచ్చావ్
నేను డెంటిస్ట్ కదా?
అదే డాక్టర్!
మావిడ చెప్పిన
'వడ' నమిలాక
'పళ్లు' 'దెబ్బ'
తిన్నాయి!
డా॥ పన్నుసామి

యావండోయ్? మరే...
ఉగాది స్పెషల్ ఏమిస్తున్నారు నాకు?
రా ఉగాది!
రారా ఉగాది!!
రావే మే ఉగాది!!
దిగి దిగి రా
ఉగాది!!!
నే వస్తా!
వొద్దు సోది!!

APRIL
1

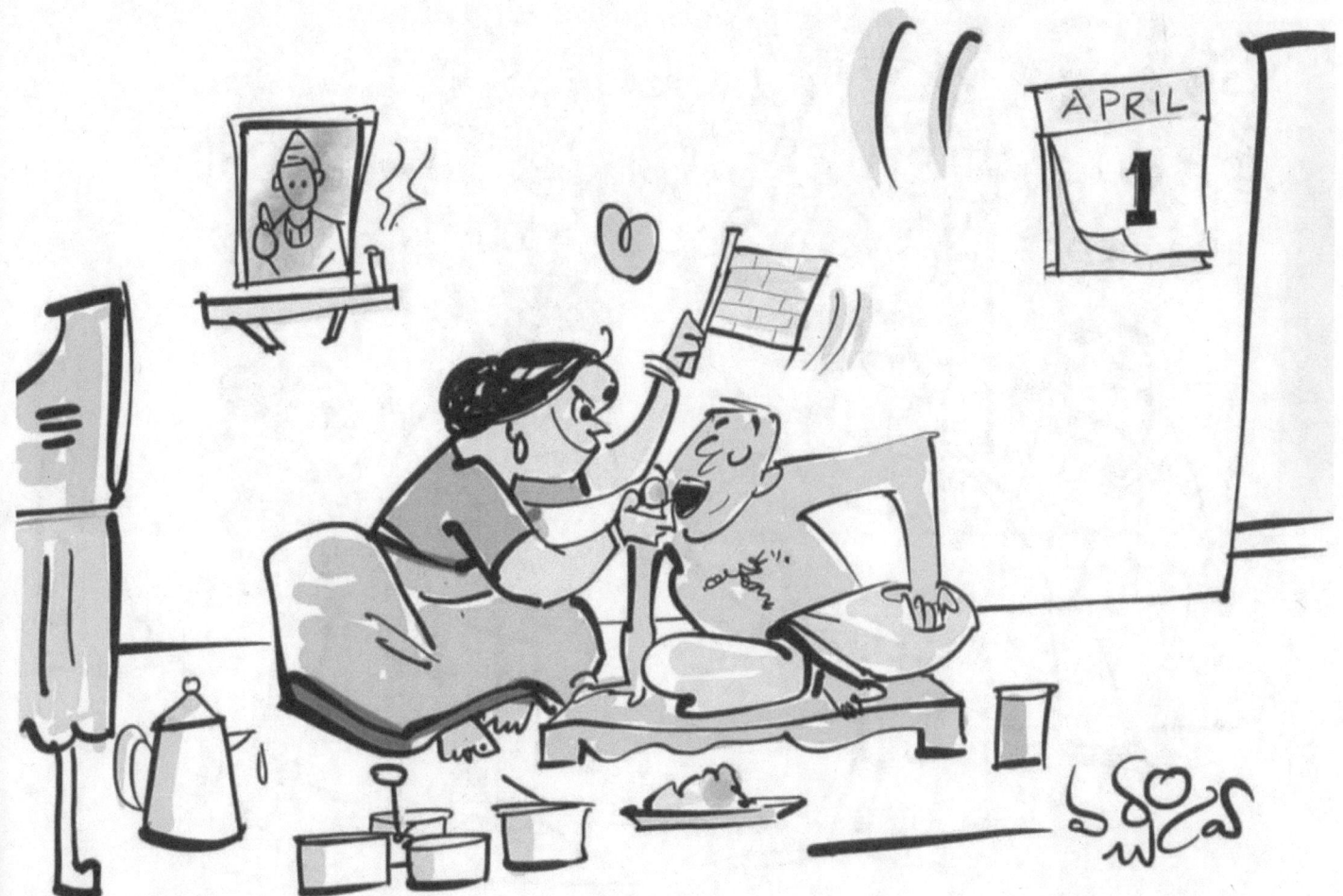

సరే! చాన్నాళ్లుగా ప్రేమాయణం నడిపించా అంటున్నావుగా! అక్షింతలు వేసి తగలడతాం! ఇంతకీ వ్యవహారమెంత వరకూ వచ్చింది?

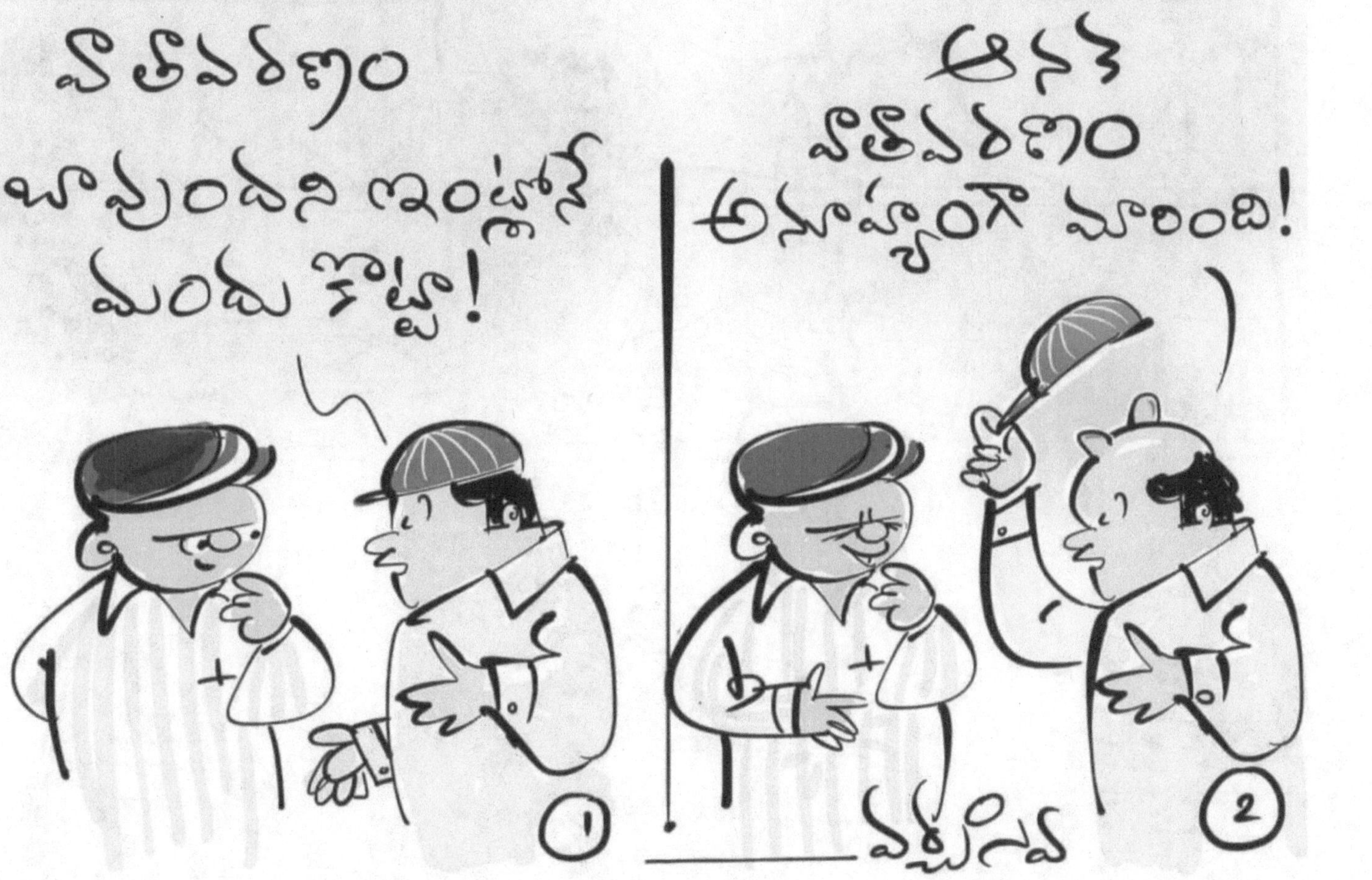

వాతావరణం బావుందని ఇంట్లోనే మందు కొట్టా!
ఆనకే వాతావరణం అనూహ్యంగా మారింది!

DIVORCE
SPECIALIST
LEAVES RAO, LLB

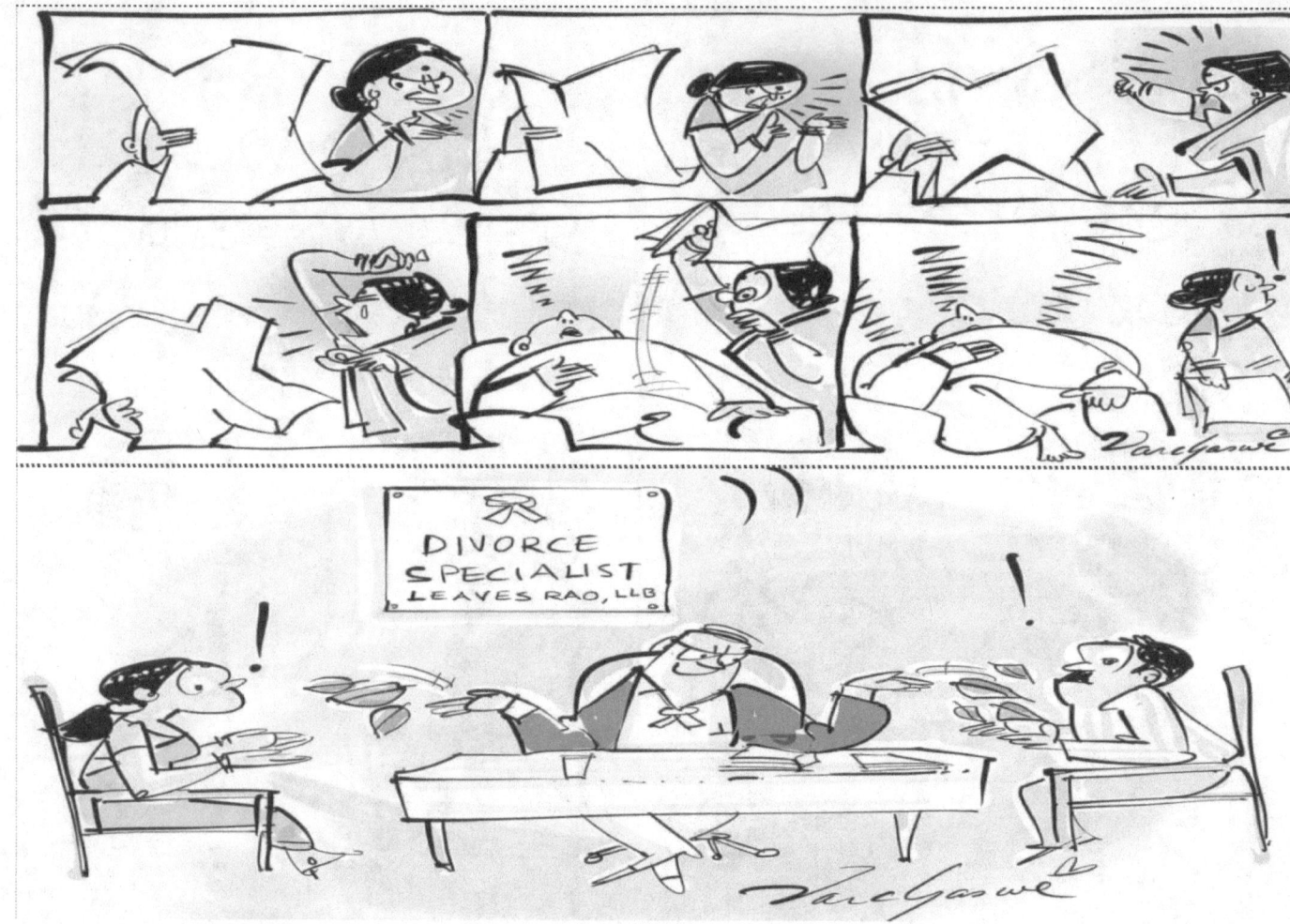

ఒరేయ్! ఈ డంబెల్ మోయ-గలవేరా?
చూస్కో! ఎంత ఈజీగా మోస్తానో!
హి...హి! నిక్కరేస్కో!

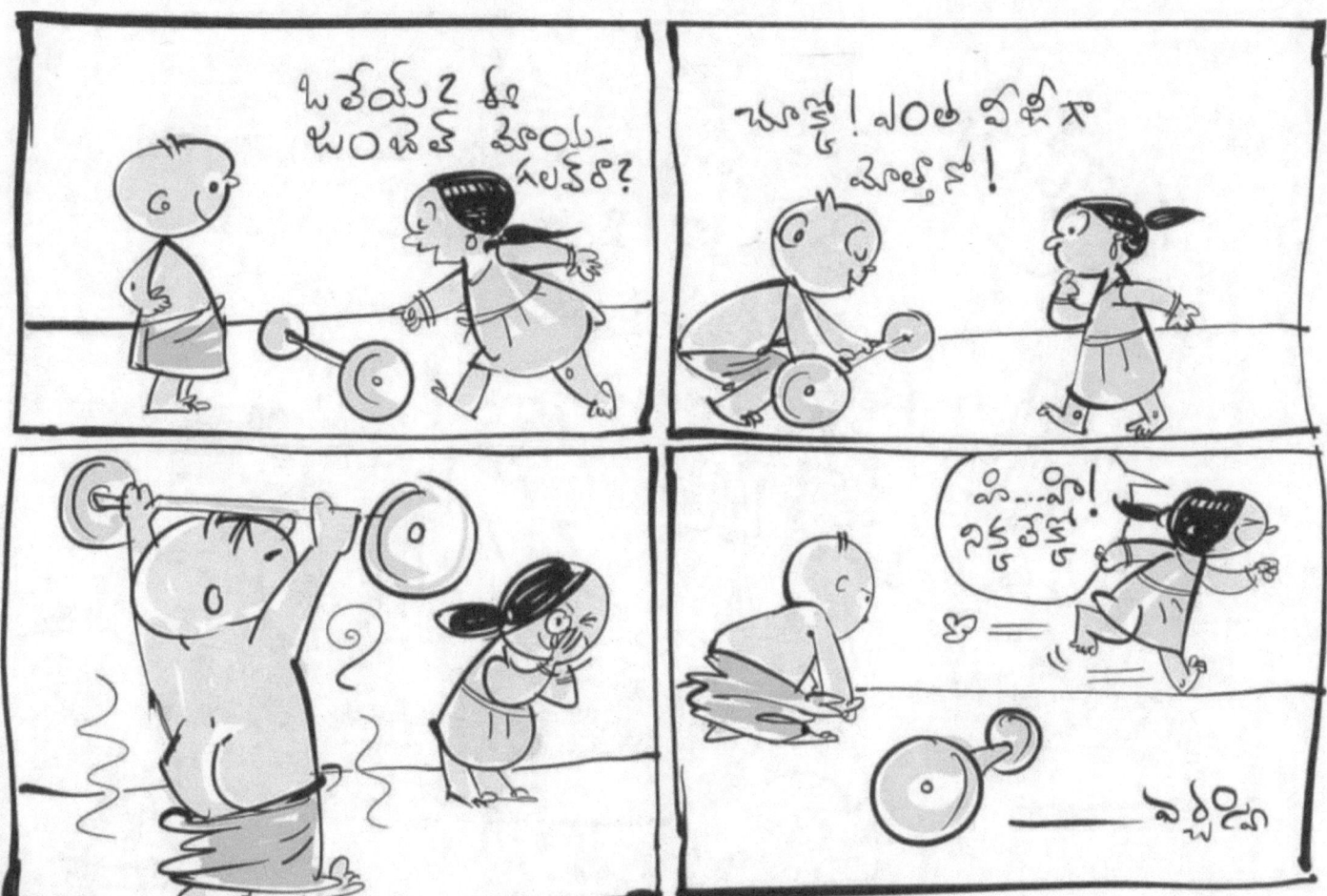

అది పని చేయట్లేదు గురూగారూ...
ప్లాన్-బి కింద దీన్ని
తెచ్చుకున్నను!!

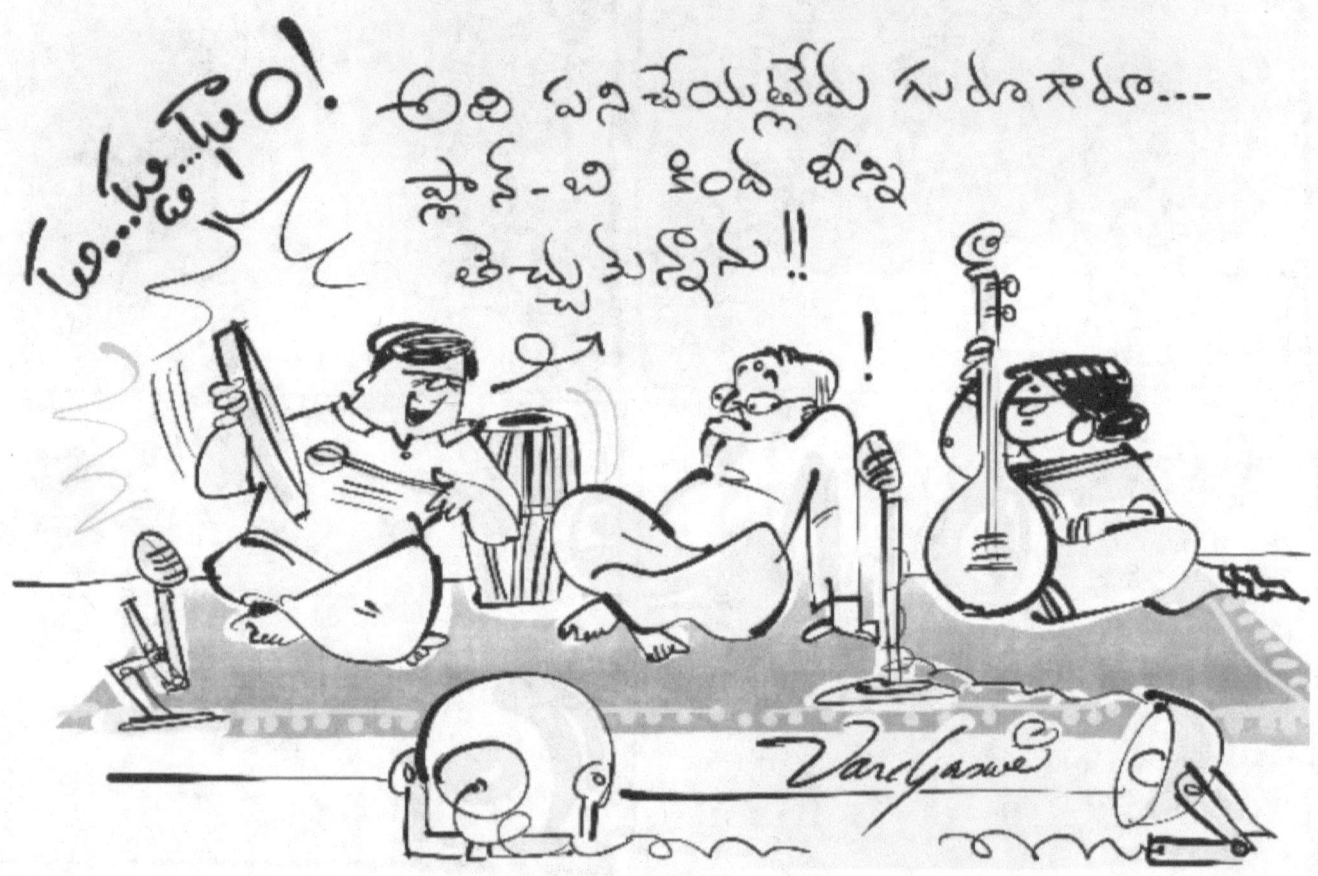

ఆ పంథాని కలుపు
కుంటూ ఈ పంథాలోకొచ్చా!
ఆ పంథాని కొట్టాలని
మళ్ళీ ఈ పంథాని
చేపట్టా!!
నా అసలు పంథా
ఏంటో తెలుసా?
ఏ పంథాలో మన
ప్రయోజనాలుంటాయో
అదే పంథా!!

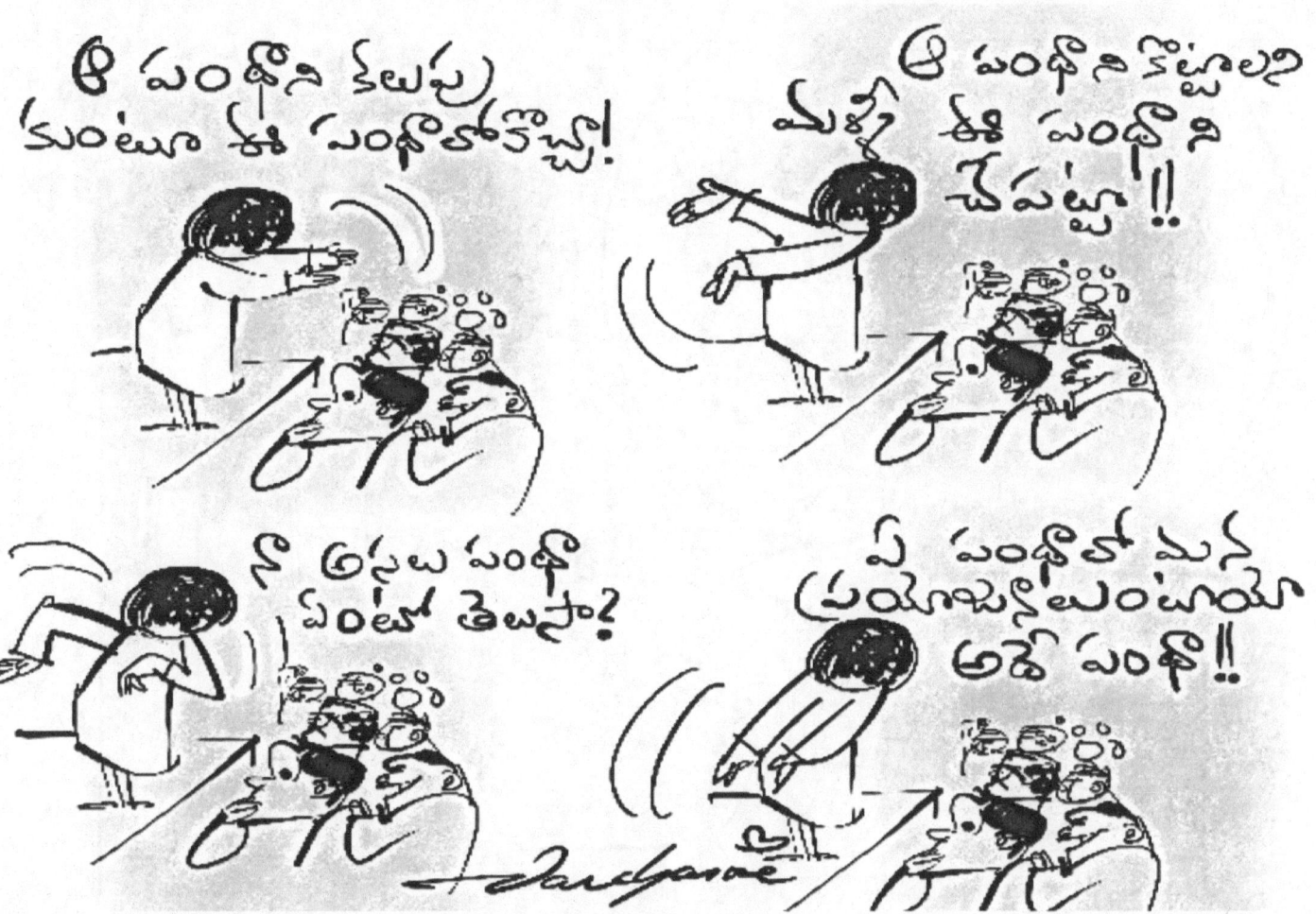

పోలింగ్ బూత్‌కి వెళ్ళకుండా... ఇలా రిమోట్ తో ఓటు వేసే సదుపాయం ఉంటే బాగుండు కదూ సుశీ?
అవును! కాఫీ కూడా విసిరితే మీ చేతిన ఇలా పడే సదుపాయం బావుంటుంది కదూ?
వర్చస్వి

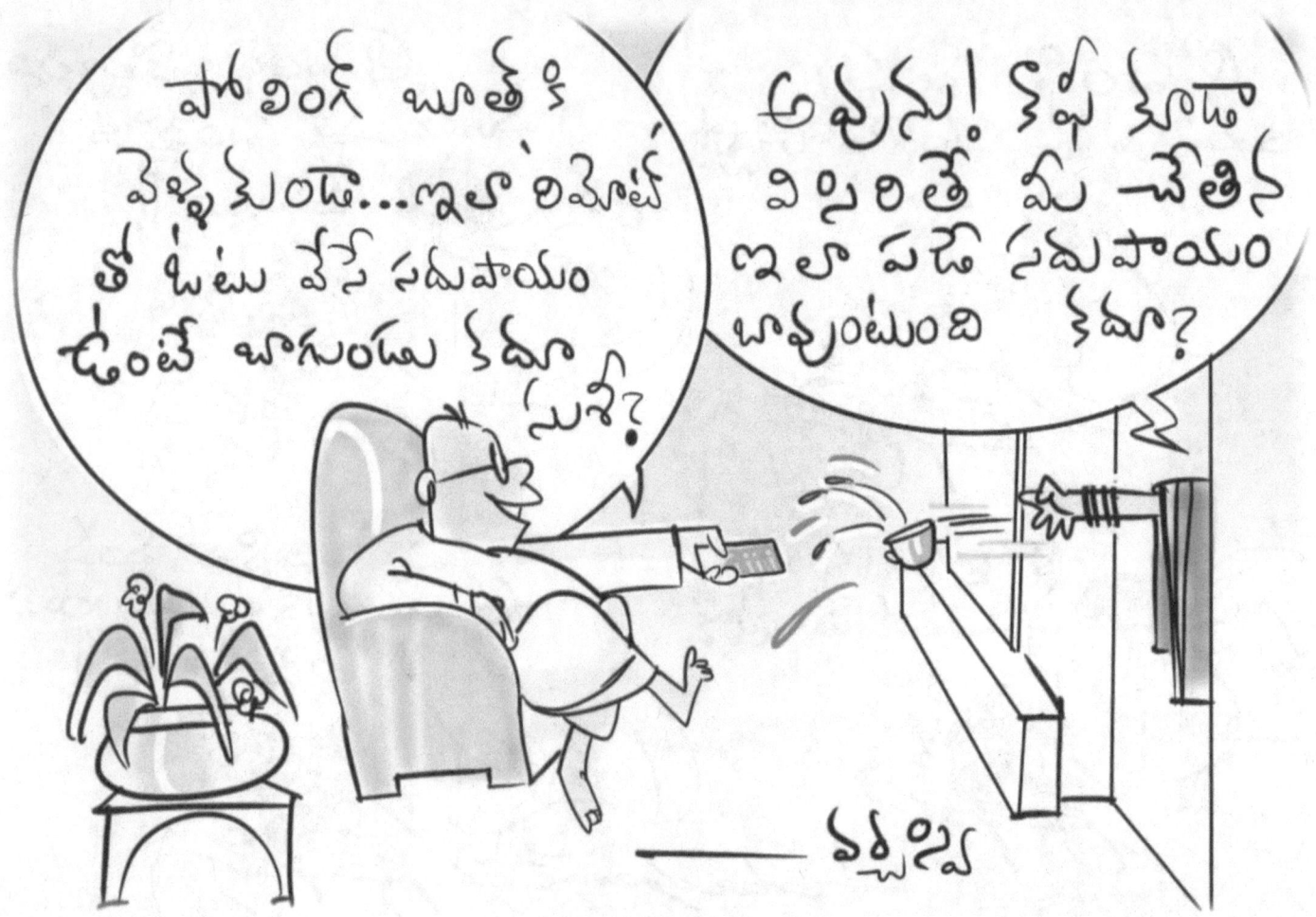

విద్యార్థిగా మావాడున్నప్పుడు
విశేషాలు చెప్పమంటున్నారా? ఏముంది?
వెధవ... ఒక్క క్లాసూ పాసయ్యింది లేదు!
అన్ని పరిక్షలూ తప్పటమే...!!

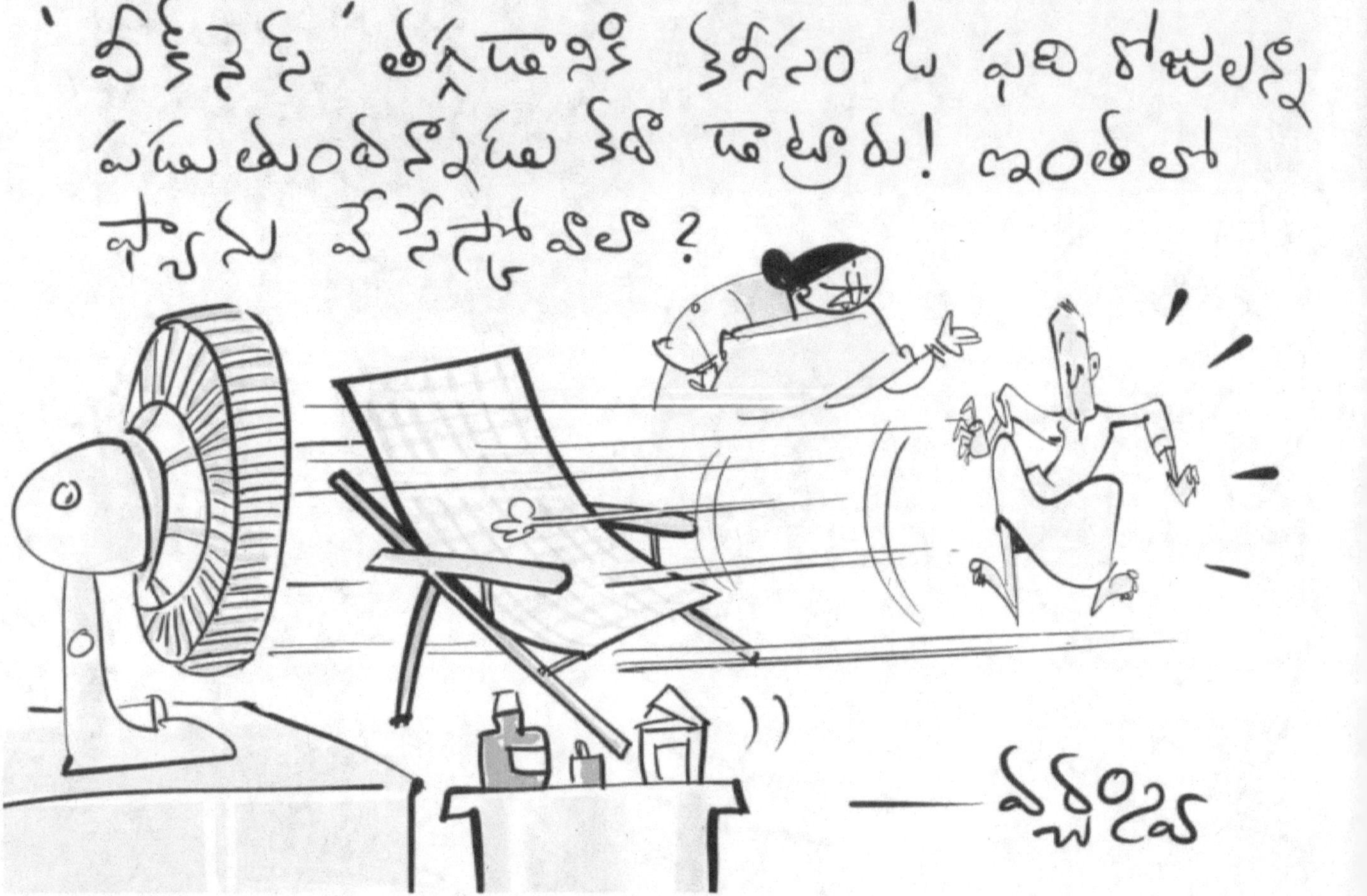

'వీక్‌నెస్‌' తగ్గడానికి కనీసం ఓ పది రోజులన్నా పడుతుందన్నాడు కదా డాక్టరు! ఇంతలో ఫ్యాను వేసేస్తావలా?

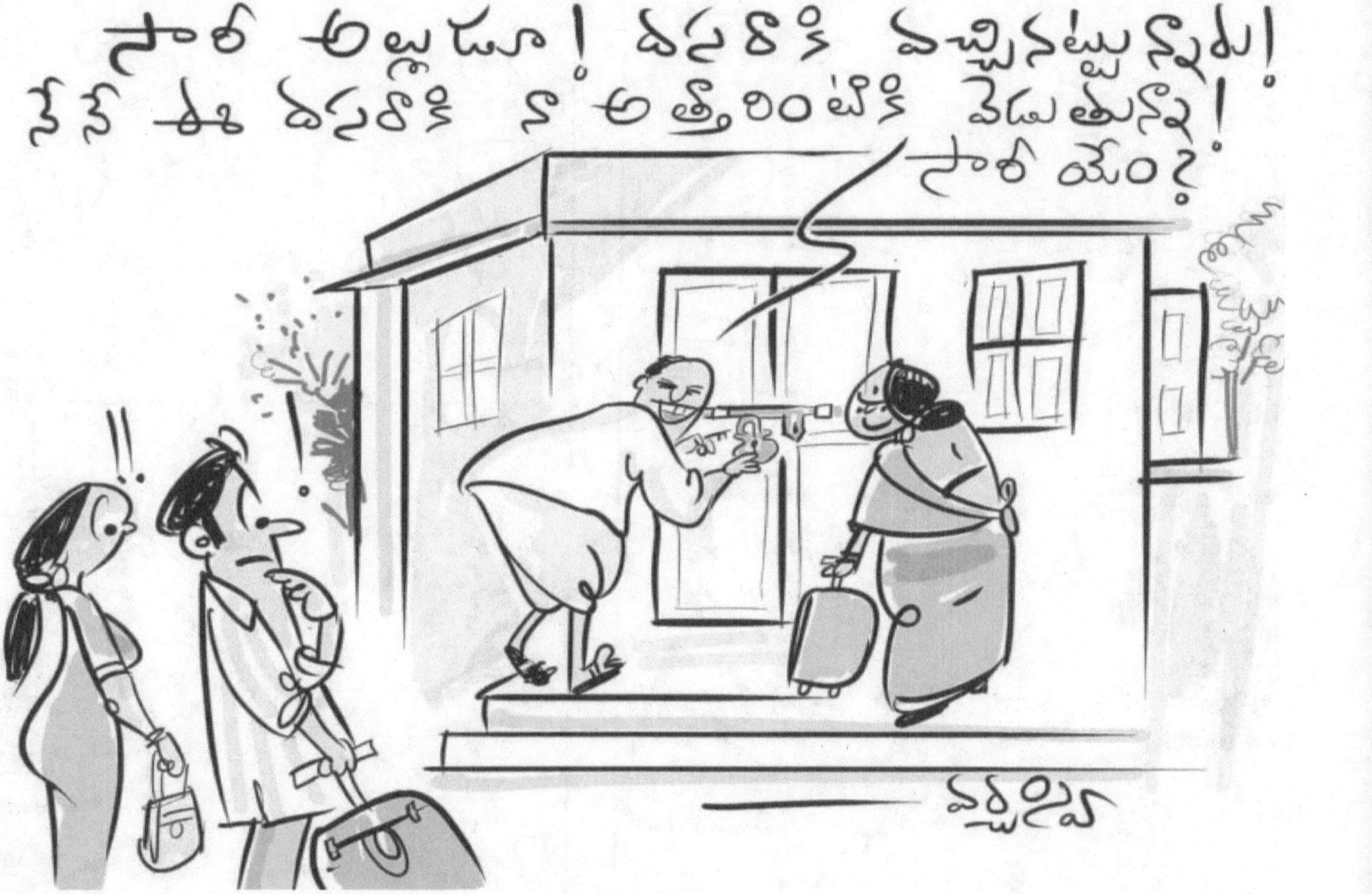

సారీ అల్లుడూ! దసరాకి వచ్చినట్టున్నారు!
నేనే ఈ దసరాకి నా అత్తారింటికి వెడుతున్నా!
సారీ యేం?

ప్రాబ్లమేంటే అనడిగితే చెండాలంగా కన్ను కొట్టడం ఏంటయ్యా పేషంటూ?
CLINIC
ప్రాబ్లమే అది డాక్టర్! కన్ను అదురుతూంటుంది మరి!
CLINIC
Varchaswi

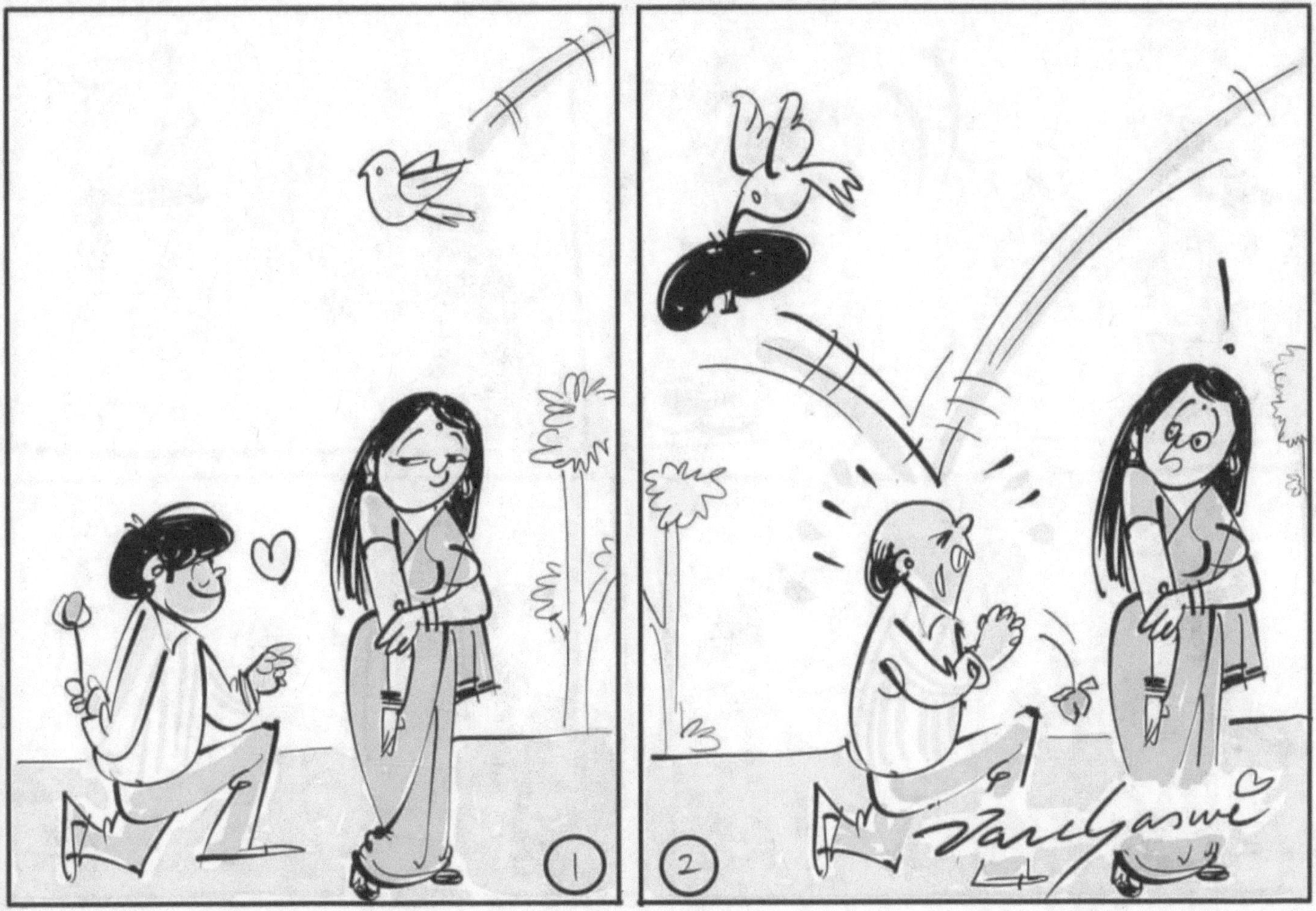
1
2

గోపీ మై లవ్! ఎలా పట్టుకునేది నిన్ను...? హ్హా...హ్హా...హ్హా!
ఇటు కాదు అటు... అటు...

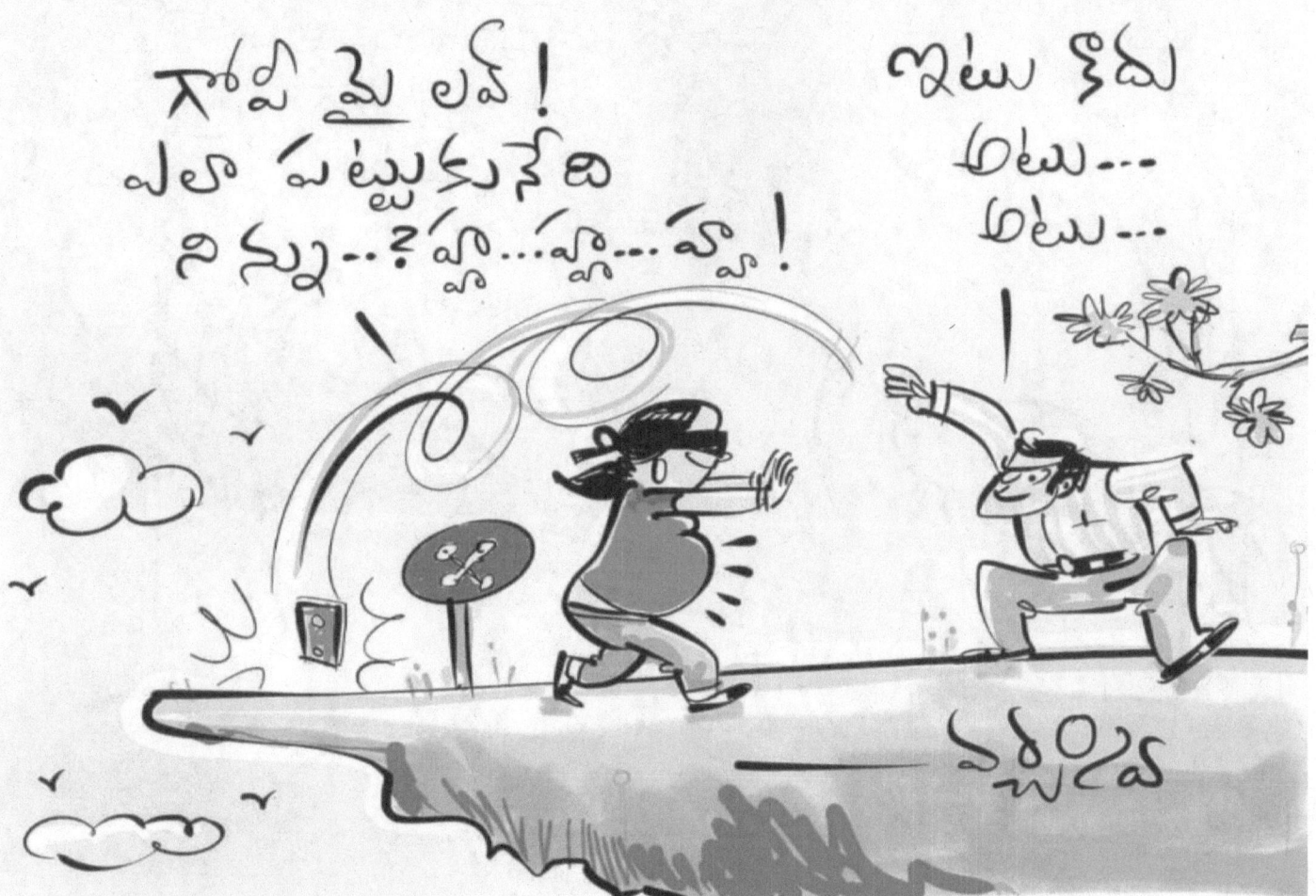

నీ దగ్గర కొంచెం 'అతి' చేశానే అనుకో... సింపుల్ గా 'బ్రేకప్' అంటే చాలు లావణ్యా! ఇలా నా నడుం బ్రేక్ చేయనవసరంలా...!

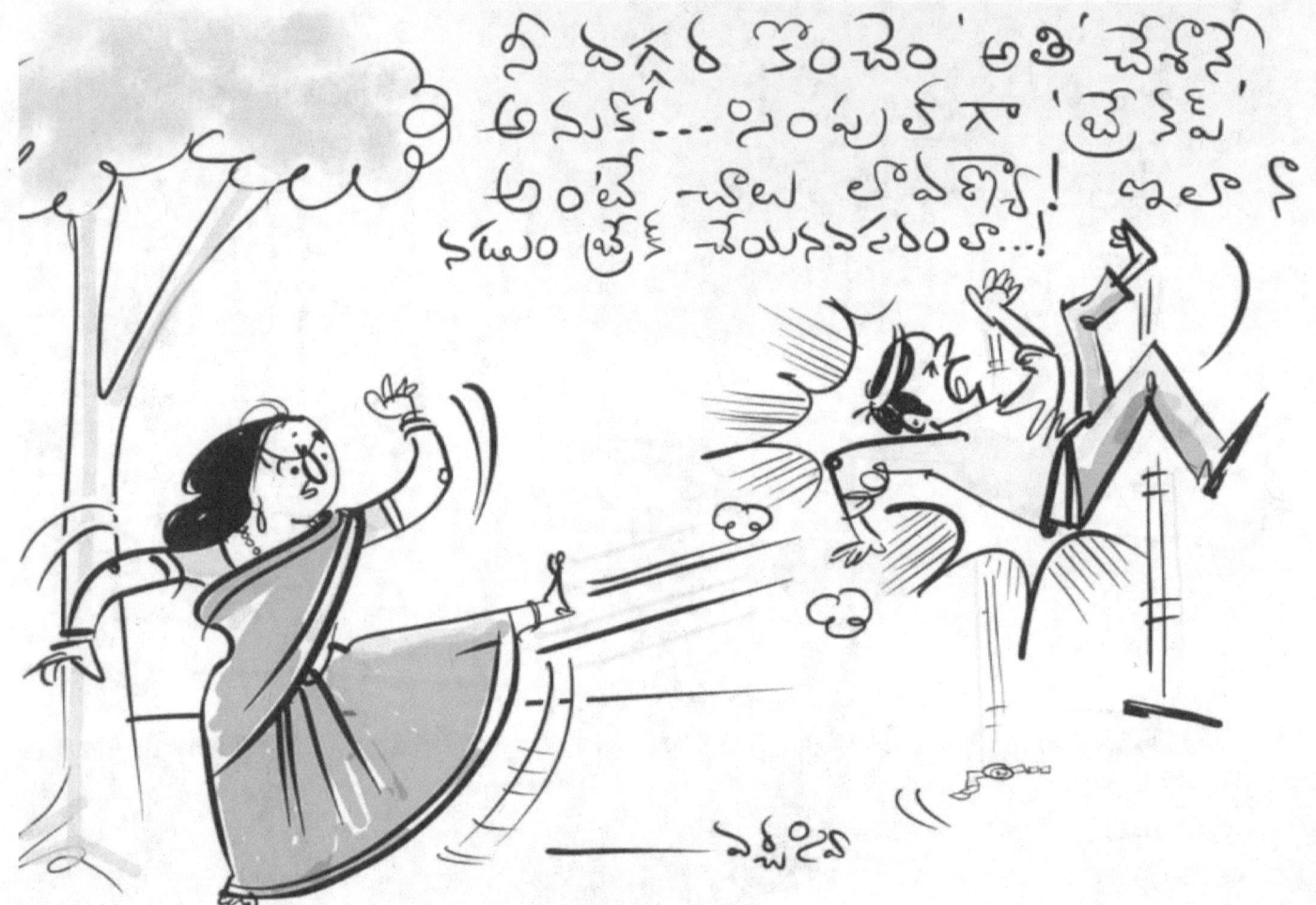

మార్కెట్ కెళ్ళొస్తే చాలు...
సెగలు పుడ్తున్నాయి...
అంటే నిన్నిలా చేంము
మని కాదే..!
ధరల సెగలు

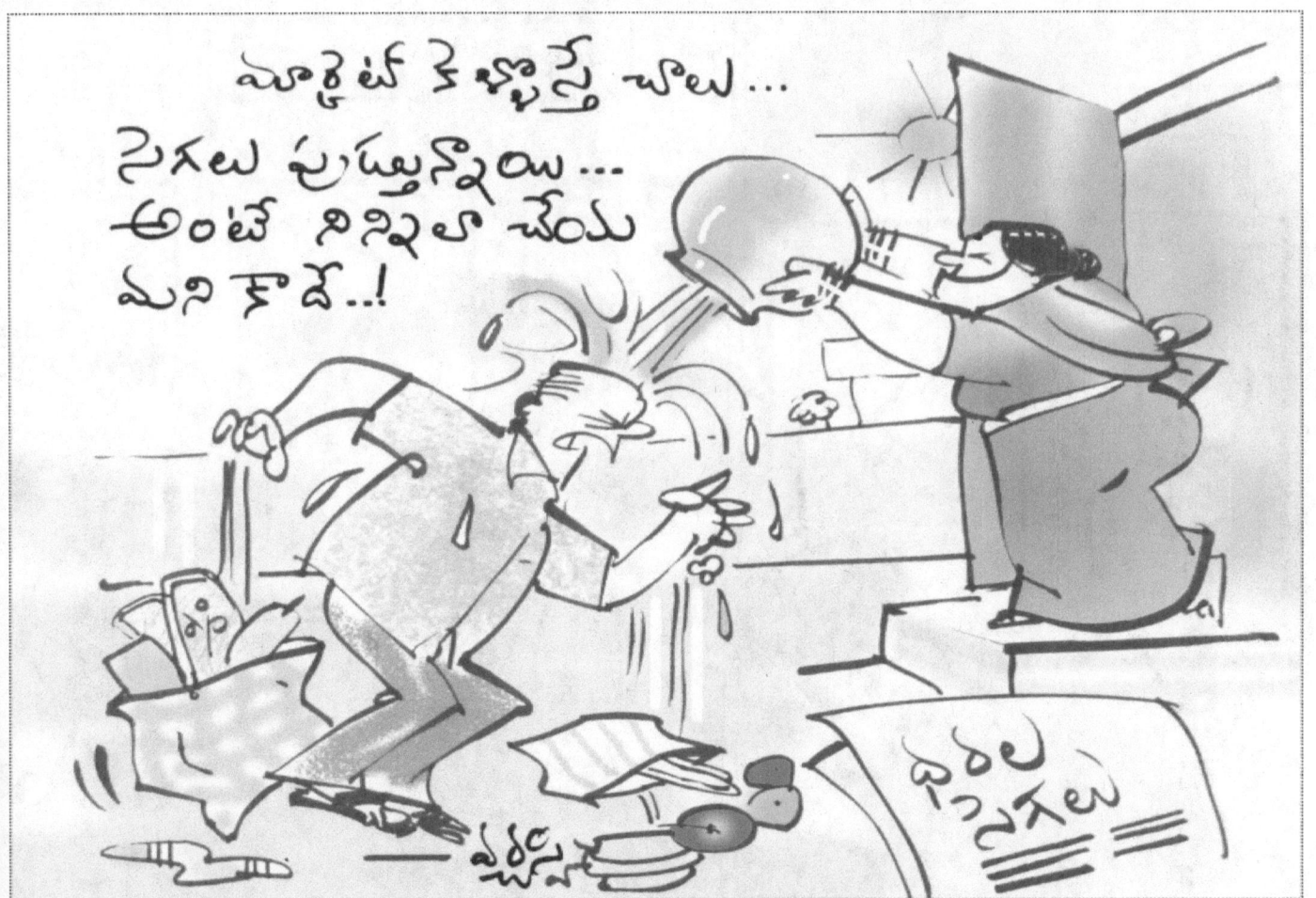

RT GALLERY
ART GALLERY

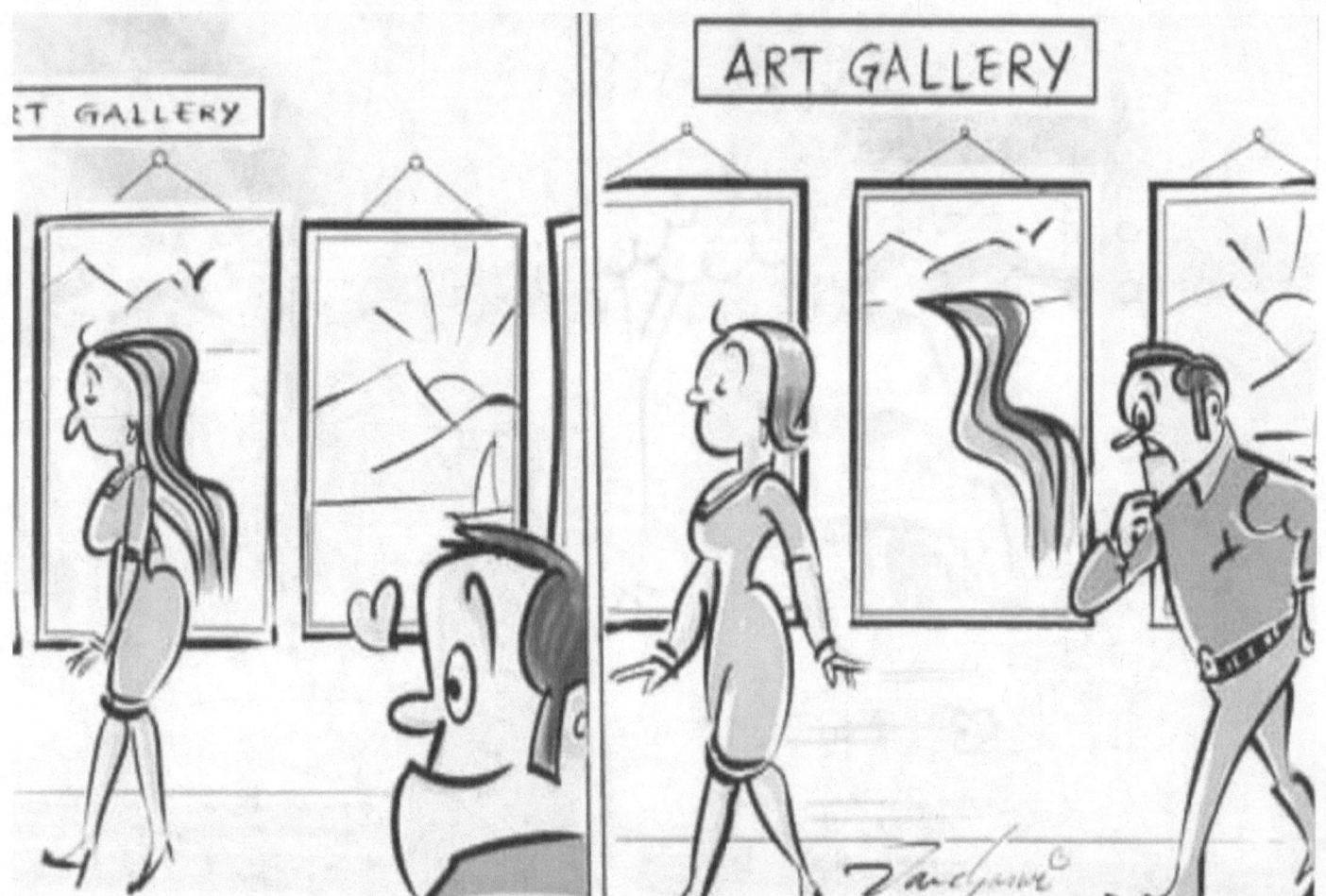

ఆడుకుందామా?
నేను డాక్టరు... నువ్వు
పేషంటు
అంటు!
1
2
3
4
5
6
మైక్రో ప్రాక్టీస్
లోక్స చూసావా
ఏం ఖర్మ?

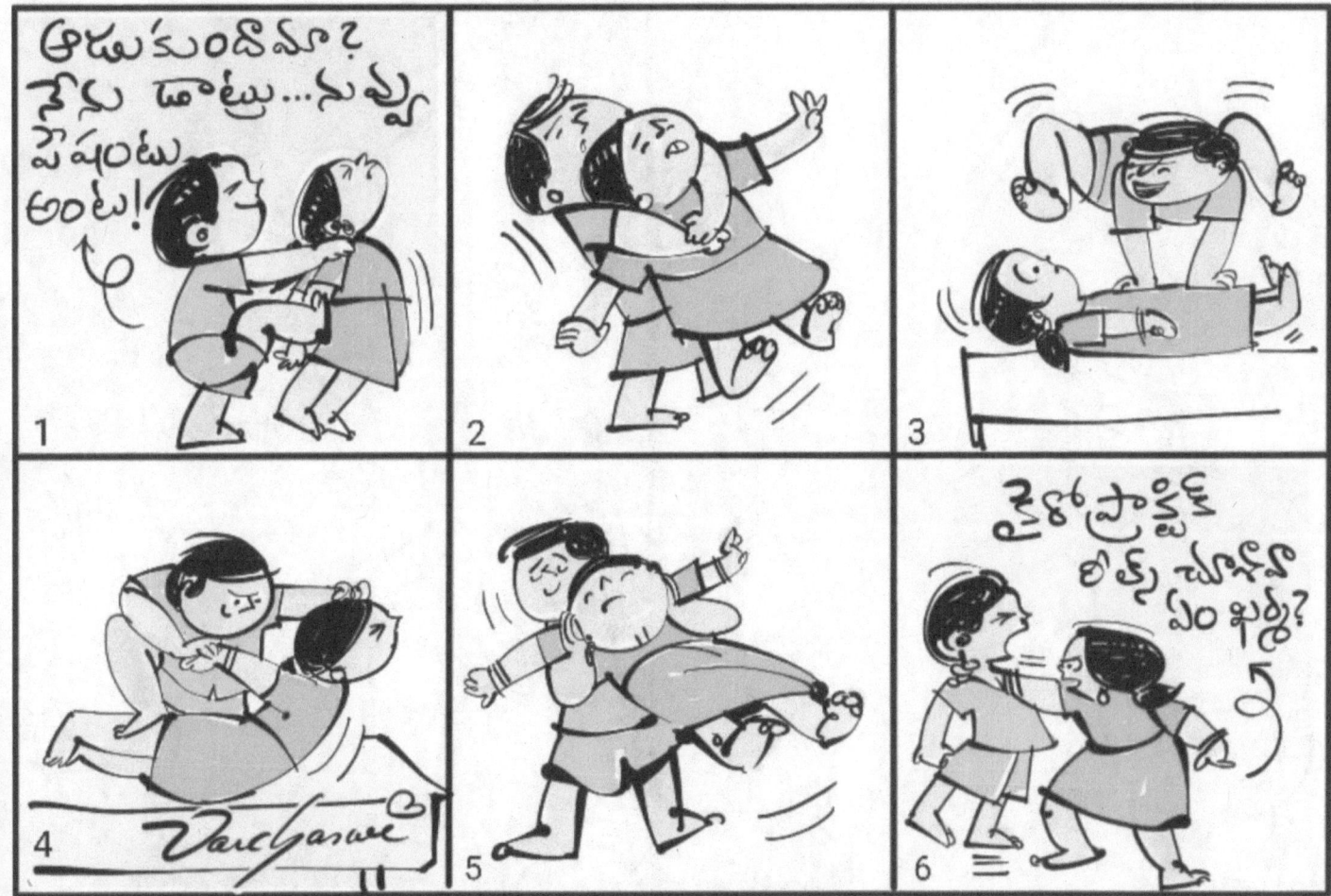

1
2

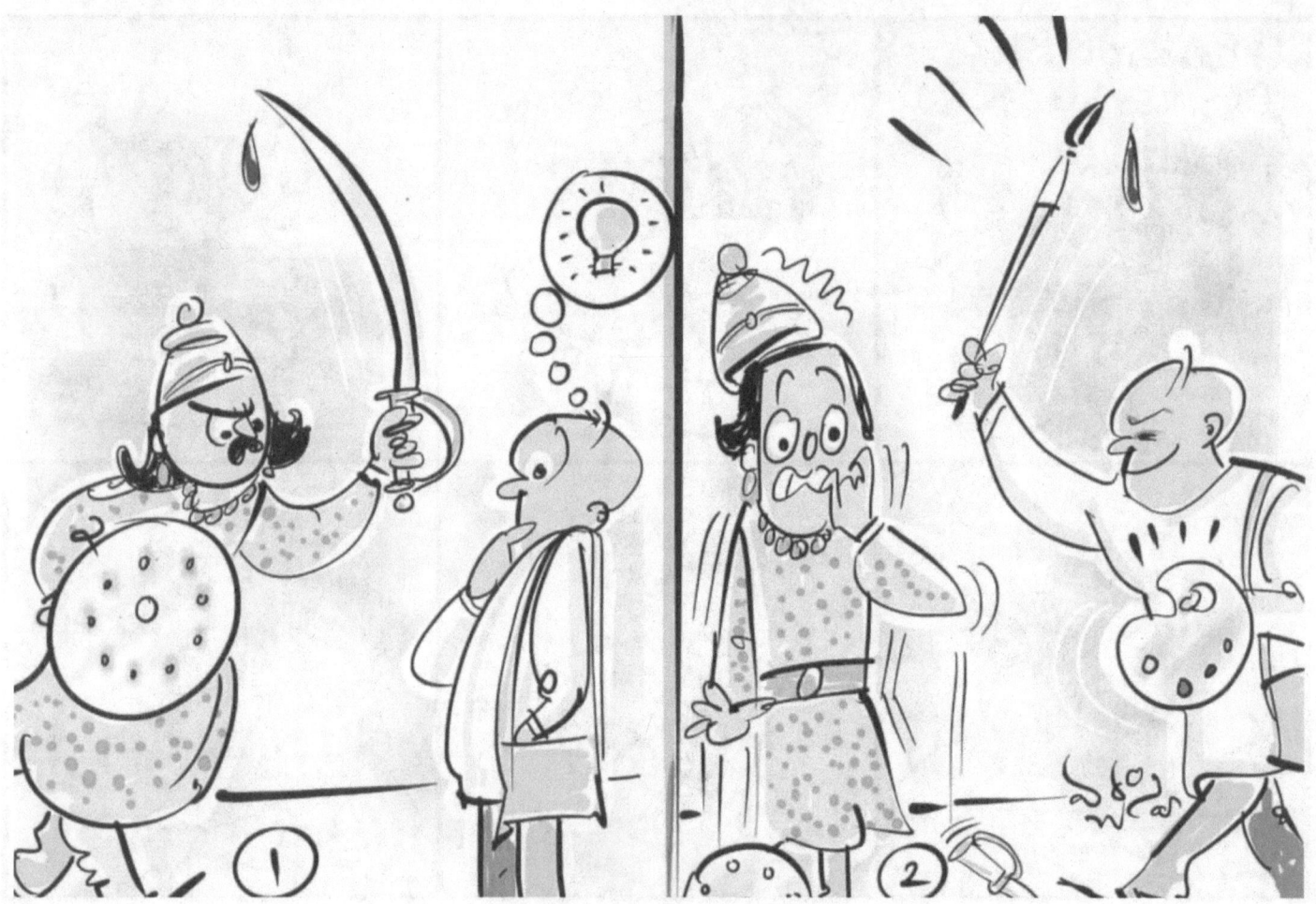

మా టామీని మరీ మచ్చిక చేసుకోకు బాబూ... నెత్తికెక్కుతుందీ అని చెప్పానా?
పోన్లే డాడీ విగ్గు సంగతి ఇలా అయినా తెల్సింది

అబ్బాయి నచ్చాడమ్మా
కానీ 'నవ్వితే' పళ్ళెత్తు
అని సంకోచిస్తున్నా!!
ఏదీ... ఇటు చూసి
చెప్పు! పెళ్ళంటూ
అయ్యాక వేగుతున్నా
వాడు నవ్వుతాడే
అసలు?

షీ! ప్రతిసారీ నిన్ను బ్రోవమని
నేనే చెబితే బాగోదు దాసూ!
డైరెక్ట్‌గా అడిగేసెయ్...
ఊఁ...!

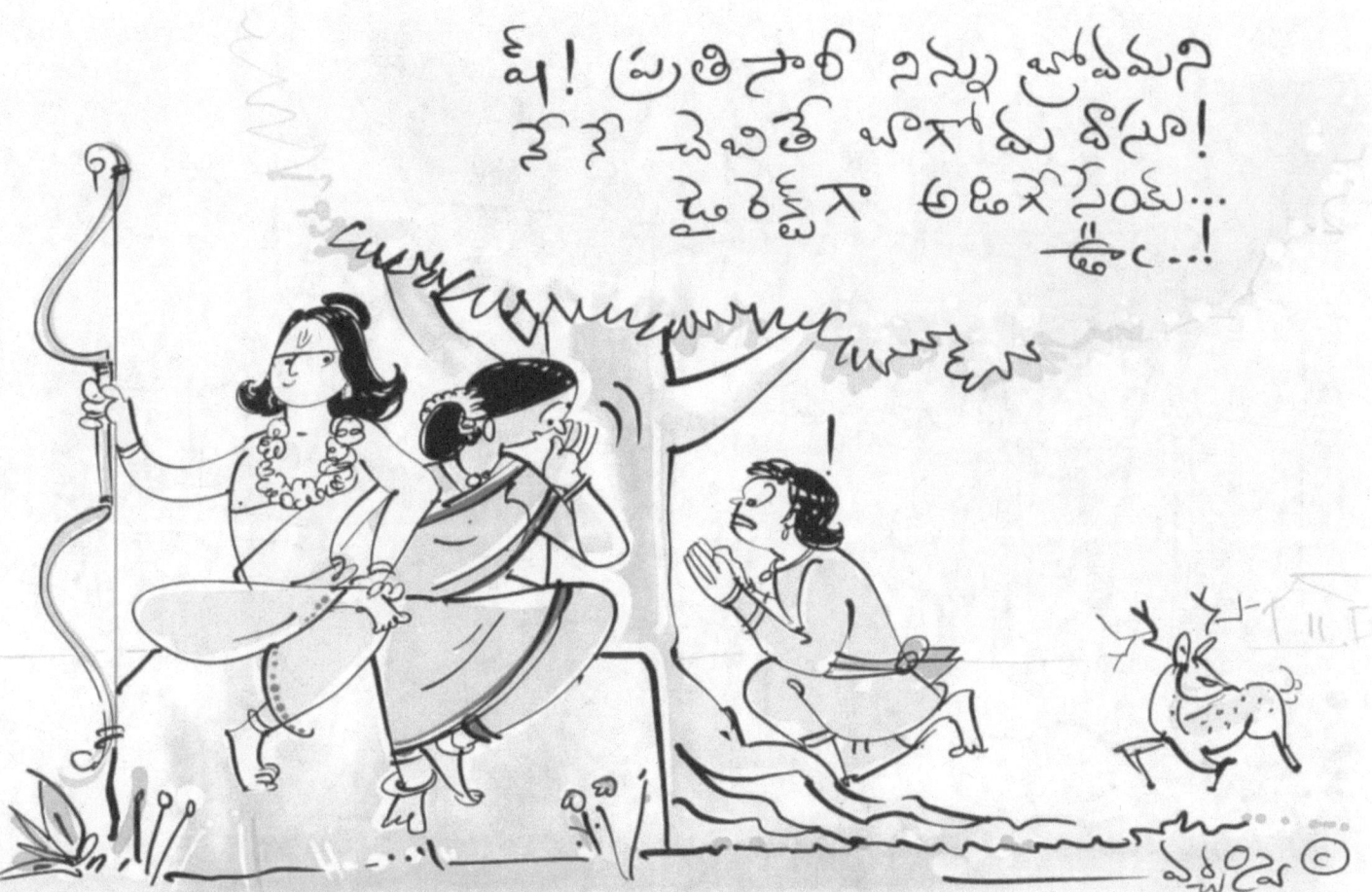

వాహనములు
నిలుపుట
నిషేధము

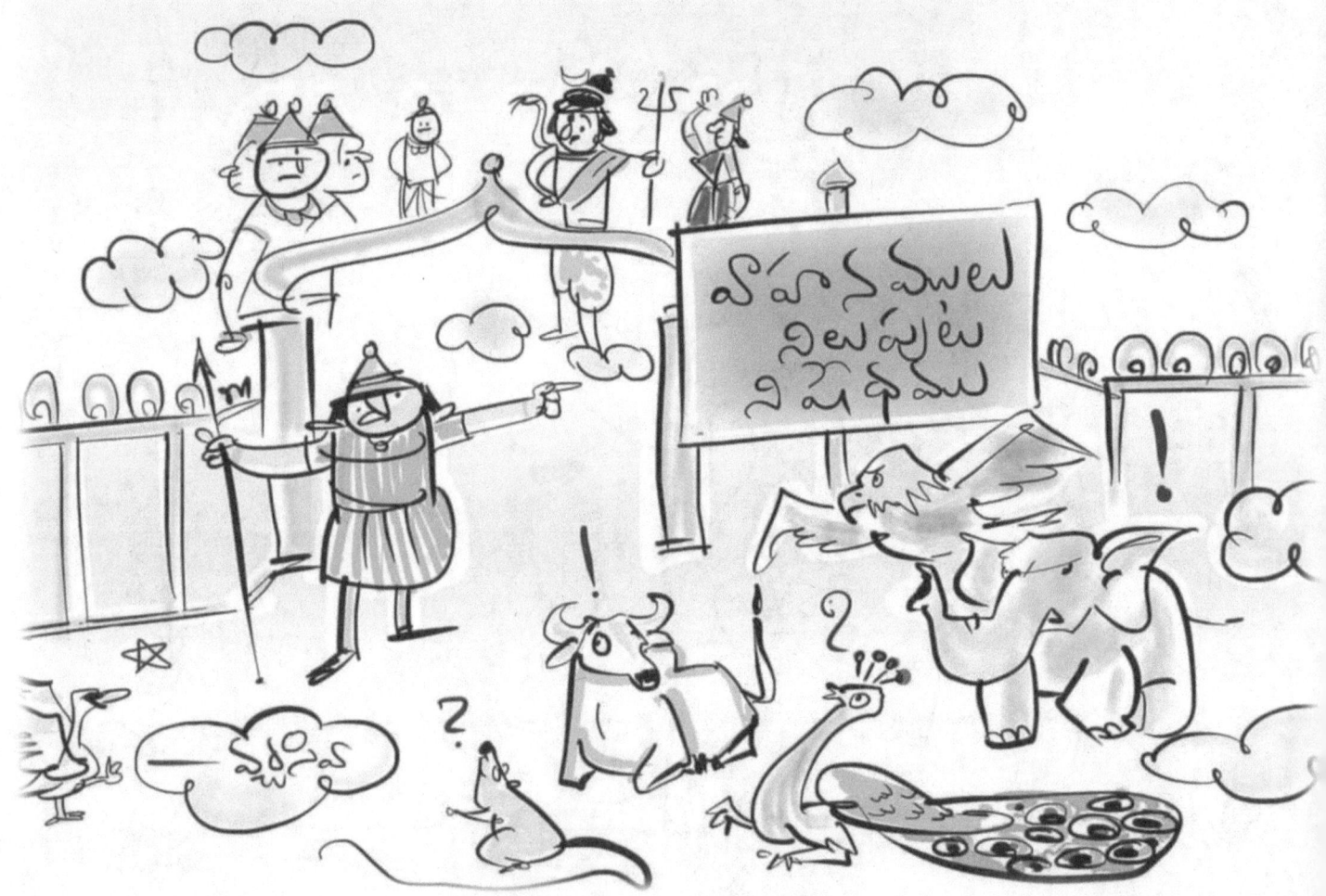

ఇది మీ ఇంట్లో రాసిచ్చిన కిరాణం
సరుకుల లిస్టు!! మందు చీటీ
కాదన్నానా?
MEDICA
SHO

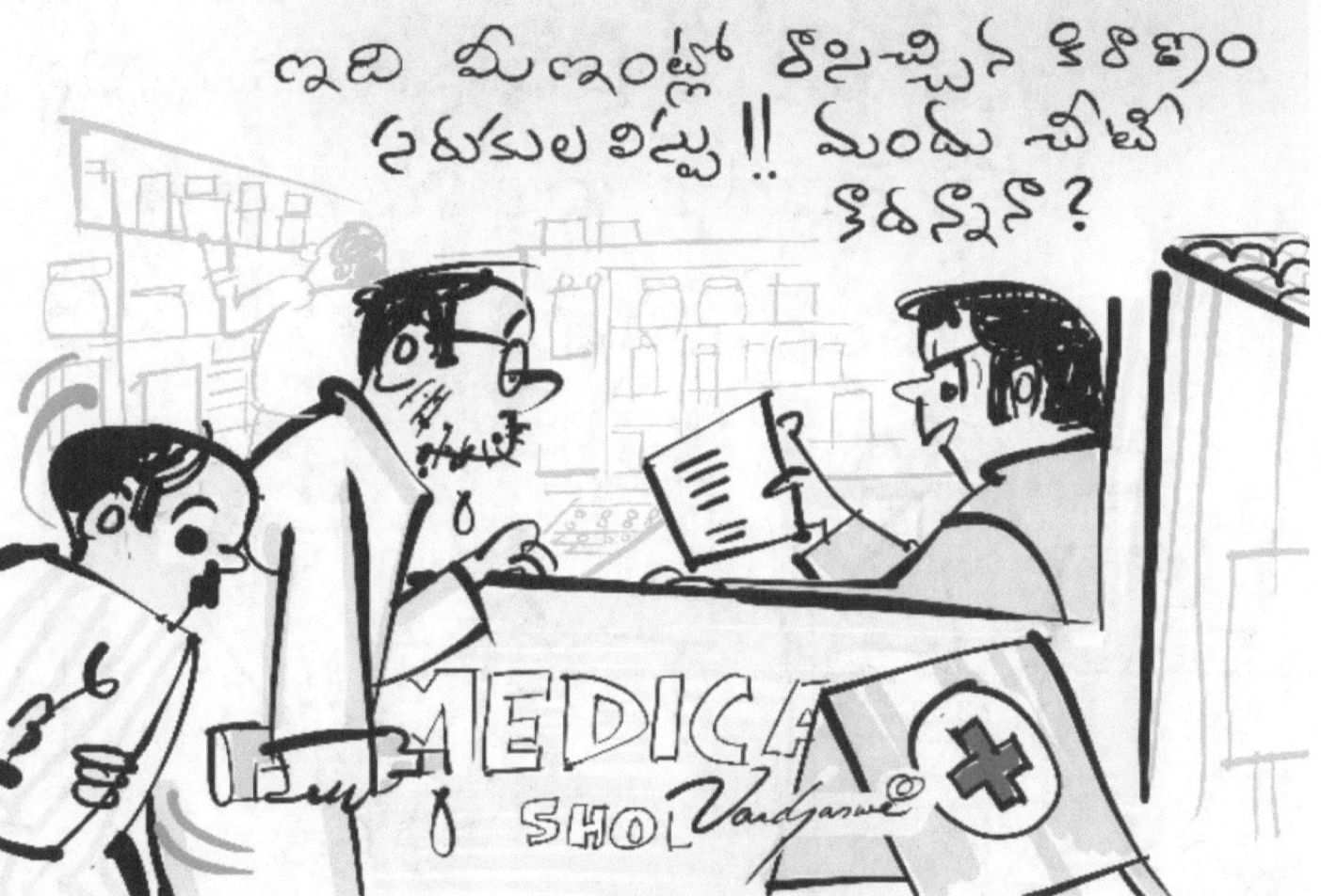

వీడికి అస్తమానూ దిక్కుమాలిన
స్మార్ట్ ఫోన్ అలవాటు
ఏంటే బాబూ

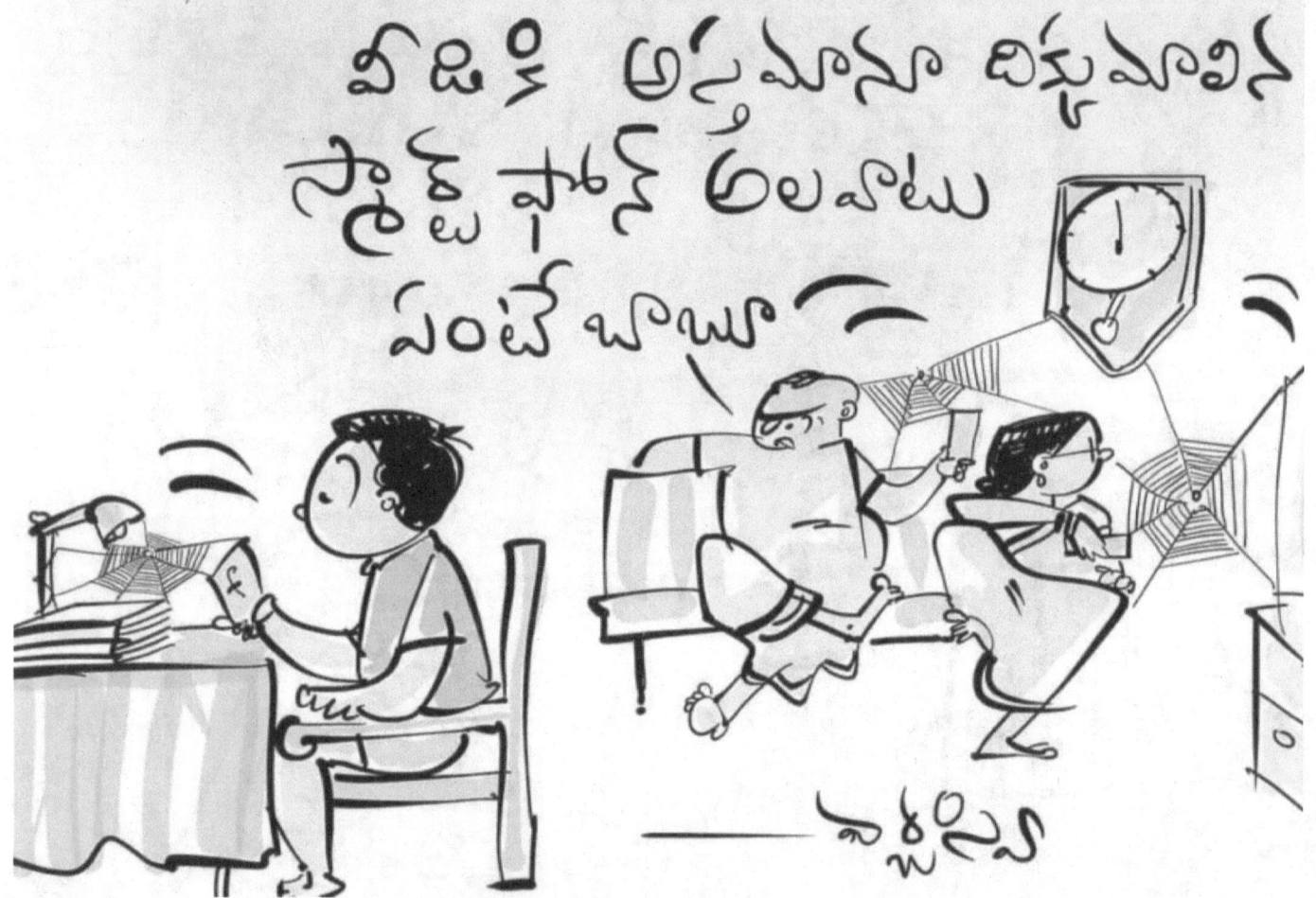

ఏది చేసినా కొత్త ట్రెండీగా
చేయి - అన్నారు! వెరైటీగా అటు నాలుగూ
ఇటు నాలుగూ తగిలించా వదినా..!

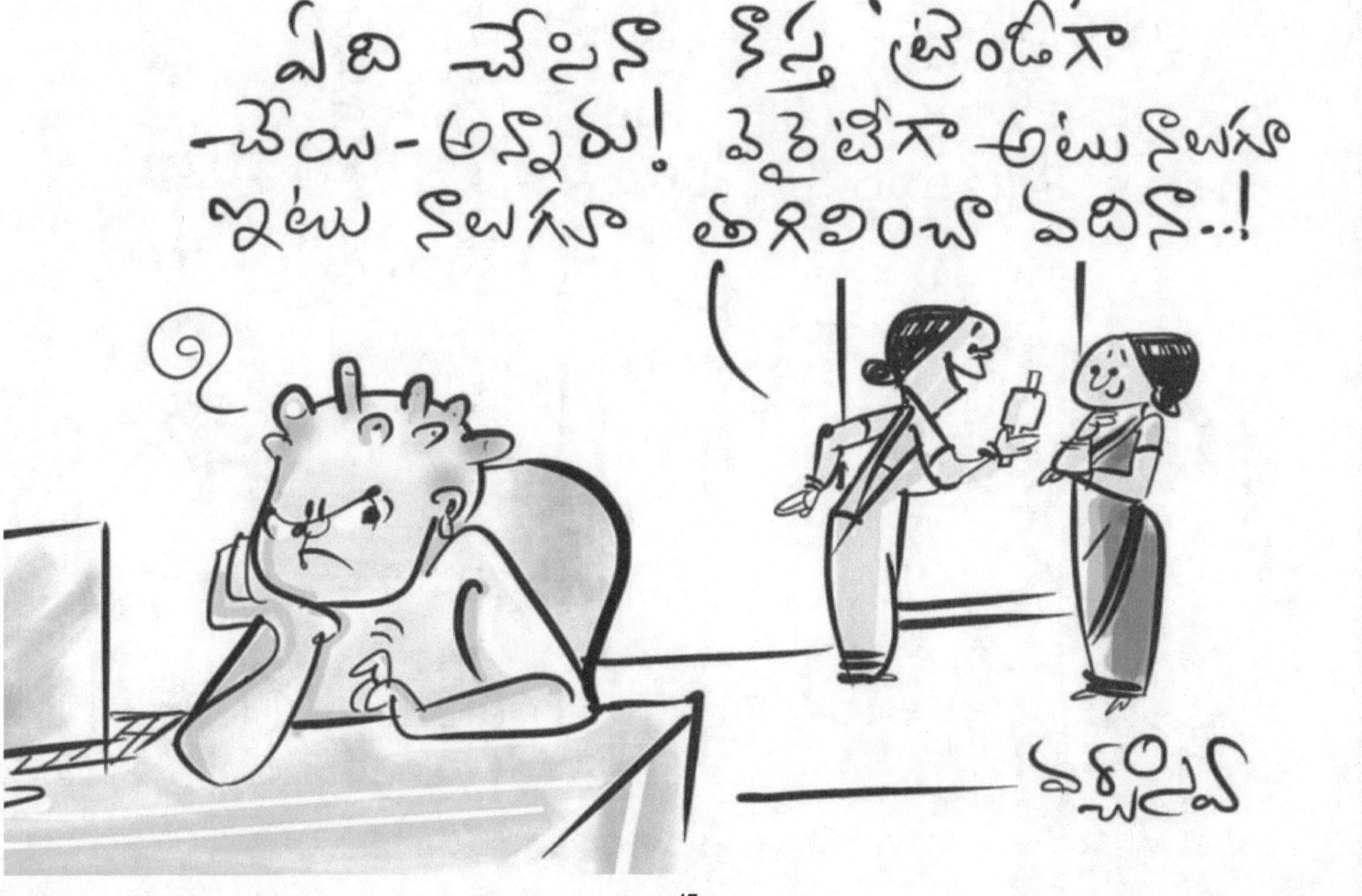

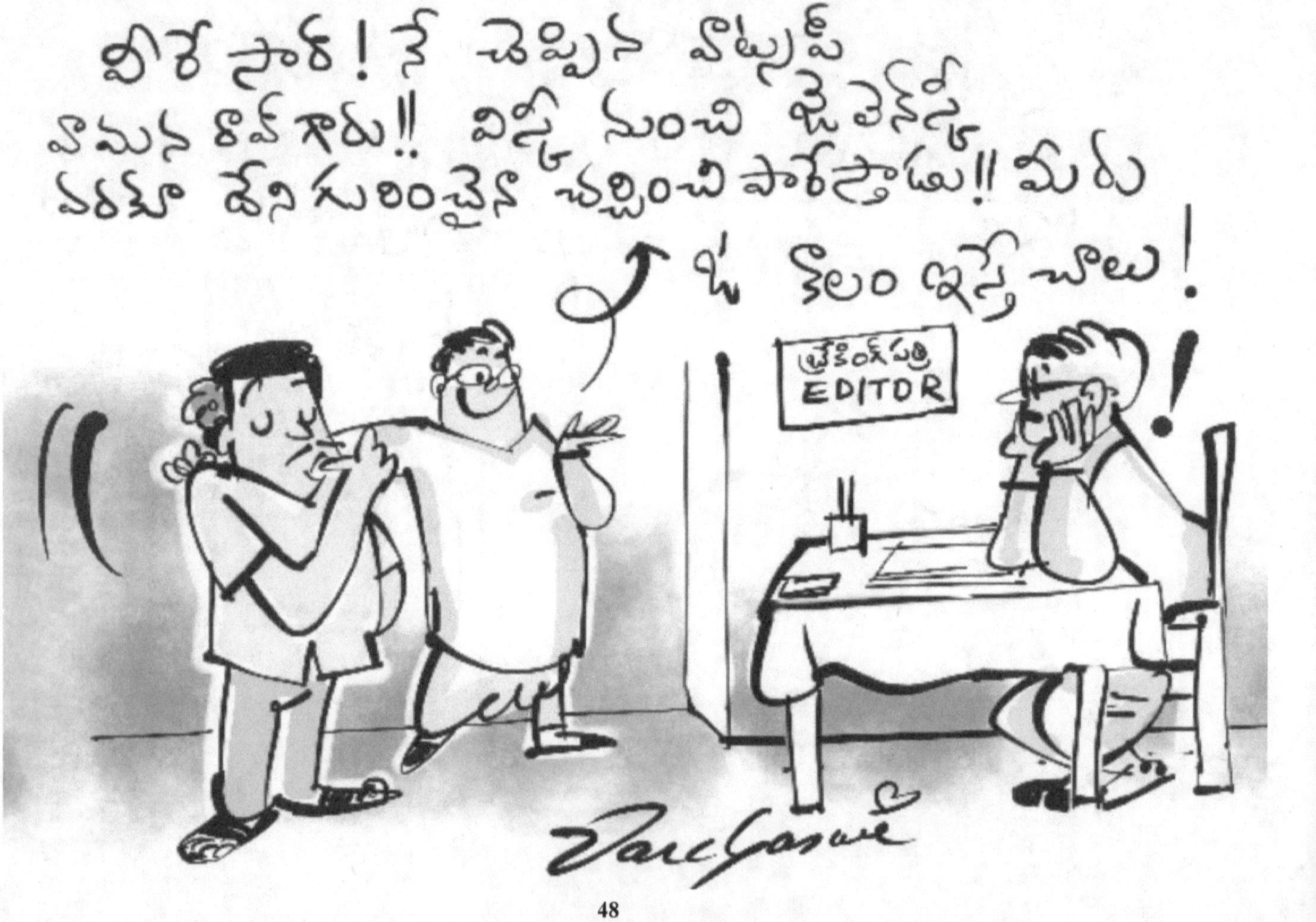

వీరే సార్! నే చెప్పిన వాట్సప్ వామన రావ్ గారు!! విల్ట్ నుంచి ఝెతెన్ట్ వరకూ దేని గురించైన చర్చించి పారేస్తాడు!! మీరు ఓ కాలం ఇస్తే చాలు!
బ్రేకింగ్ పత్రిక
EDITOR

పాదాభివందనానికి... కాళ్ళందక పోతే
పోయాయి... ముందు వేచి ప్రశంసా పత్రమూ
జ్ఞాపికా తీసుకోండి కవిగారూ!!
పురస్కార సభ

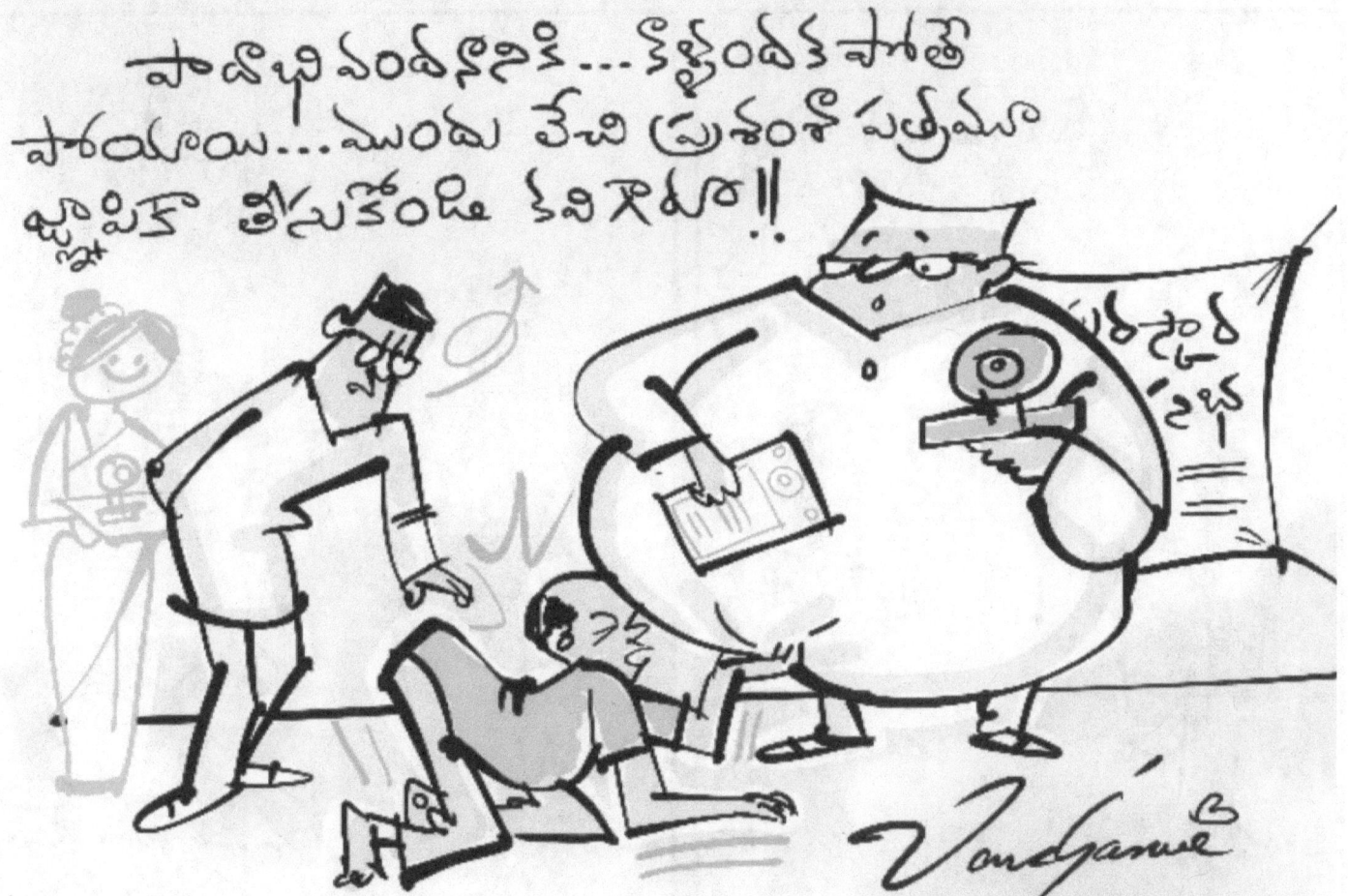

మంచి పోయే
ఎండన పడొచ్చారు
పాపం !!
ఉండండి !!
వేడి వేడిగా కాఫీ
కలుపుకొస్తాను !!

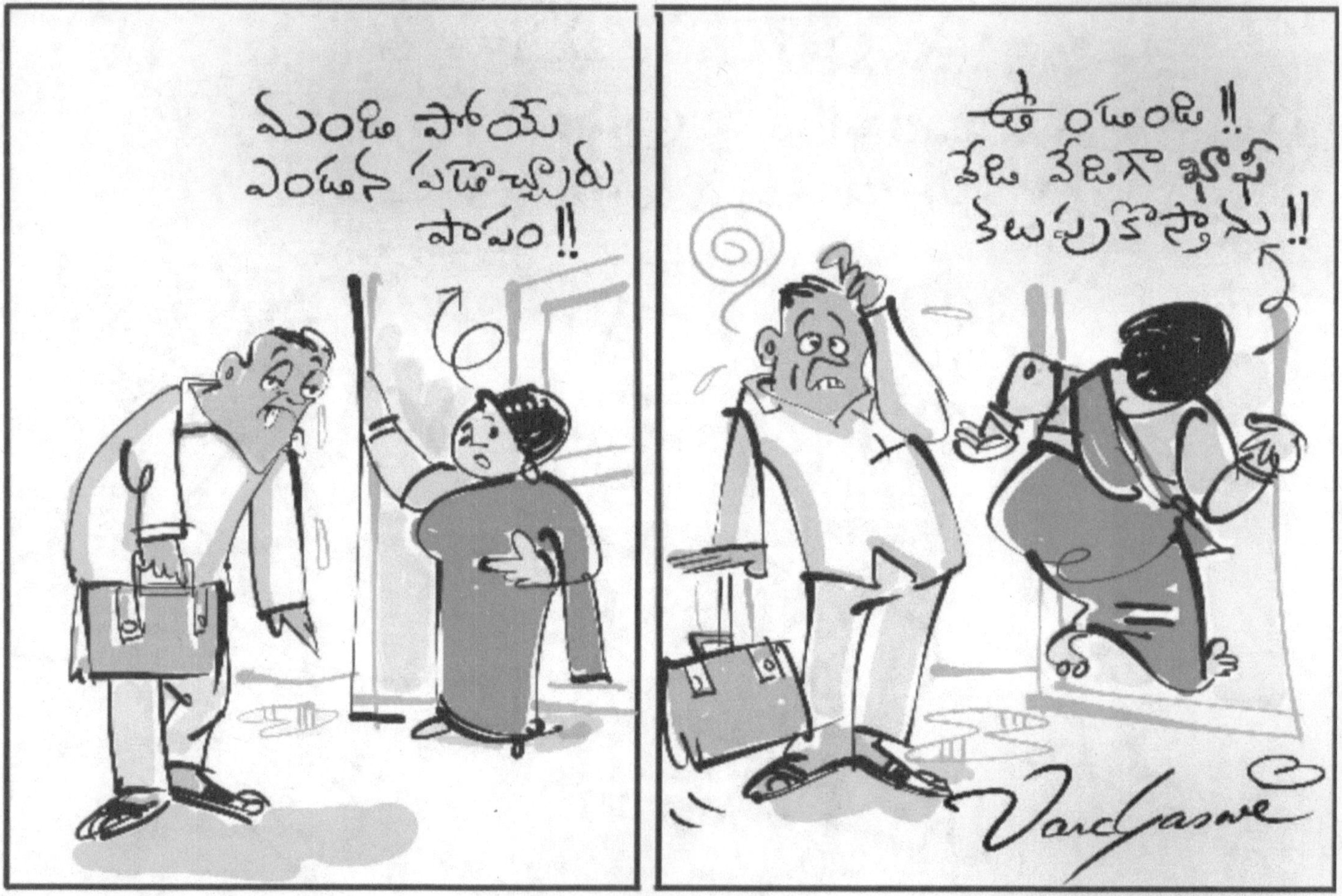

"సో స్వీట్" అంటున్నావ్ ఇవాళ! నిజం చెప్పు! ఏప్రిల్ ఫూల్ కాదు గదా?
నేనన్నది టామీని!

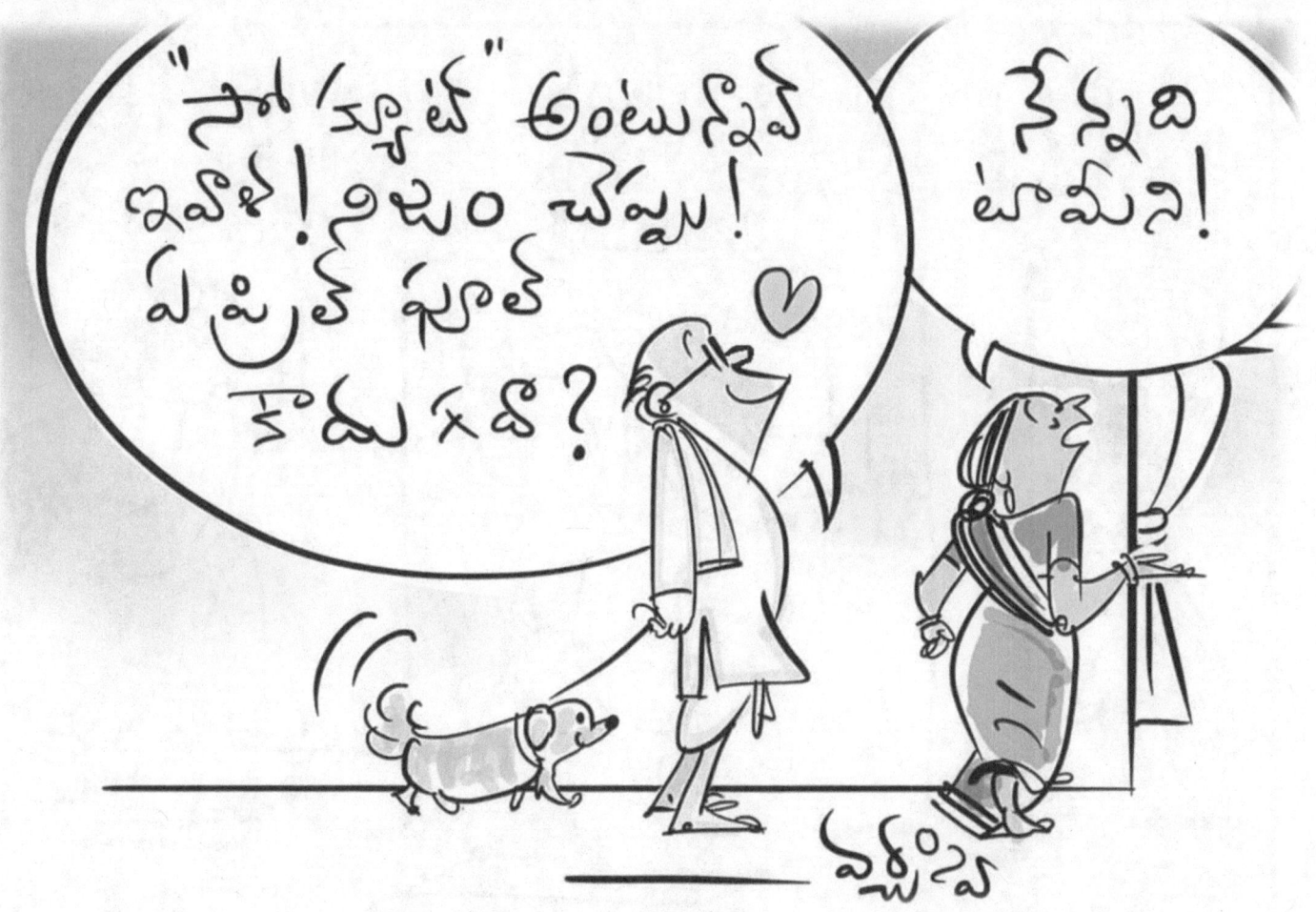

ద్దొన్ని కుడి బుజమ్మీద కడవా... రమ్మంటే రాదురా షెరియ!!
బయటకు వెళ్ళే ముందు... వళ్ళూ కాళ్ళూ నెప్పులన్నారు?

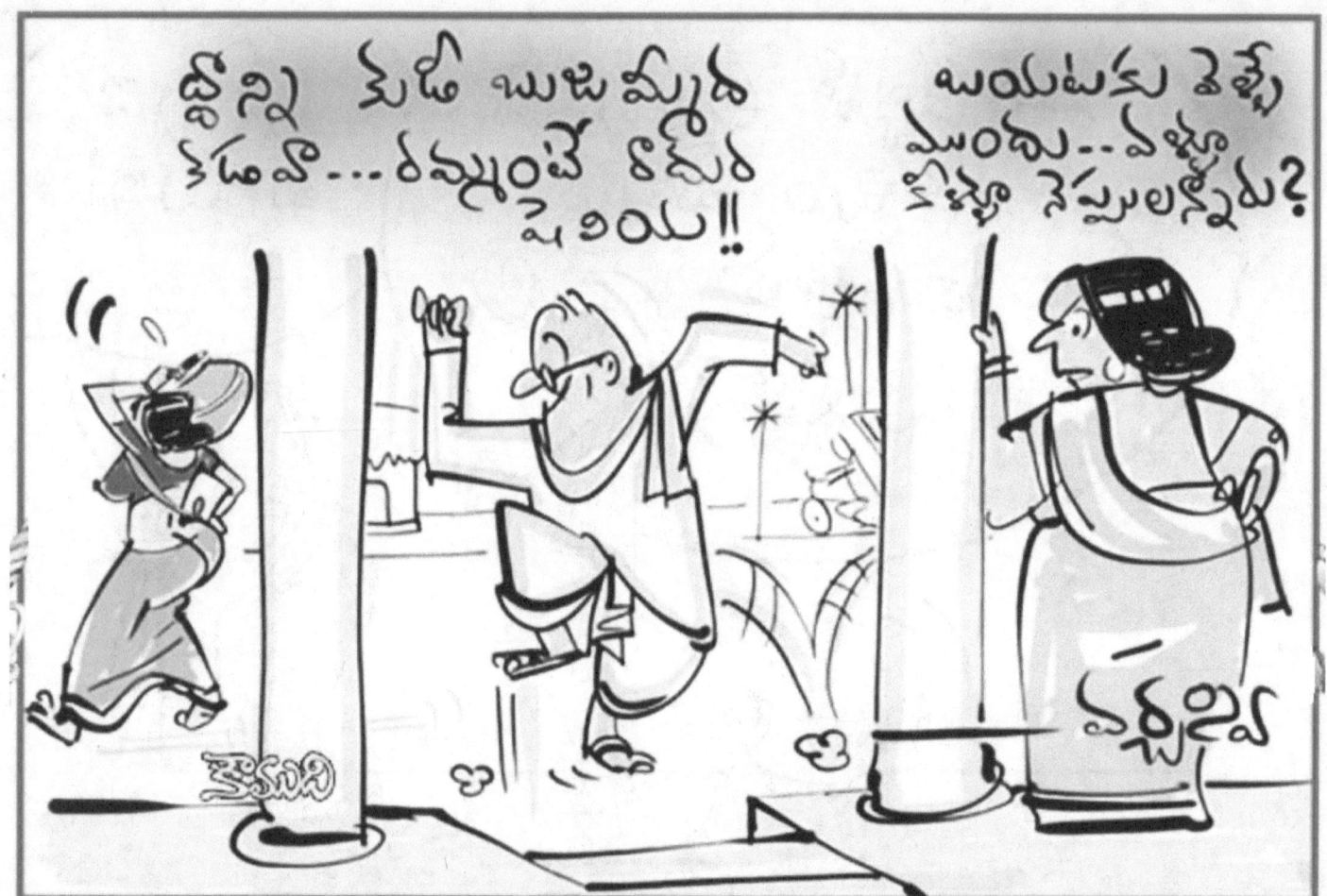

కార్యేషు దాసి... కరణేషు మంత్రి... భోజ్యేషు మాతా... రూపేచ... ... శయనేషు... అలా ఉండాలి కోడలా!
మల్టీ టాస్కర్ అయుండాలి... అంతేగా!

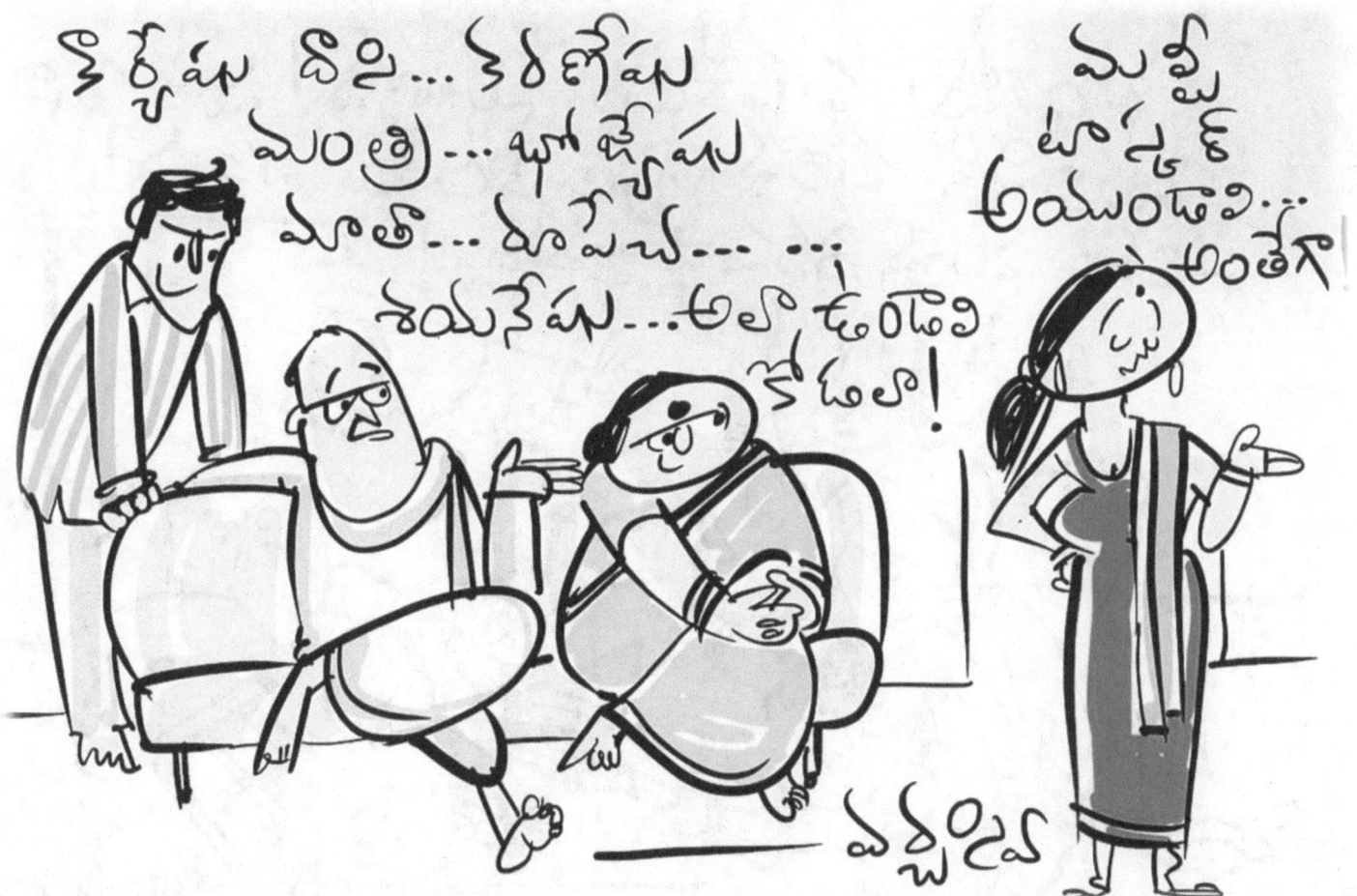

ఖంగారు పడకోయ్ సుబ్బారావ్! మా పని-
మనిషికి పరిశుభ్రత కొంచెం ఎక్కువ!
చిన్న మచ్చ కనపడ్డా వదల్దు!

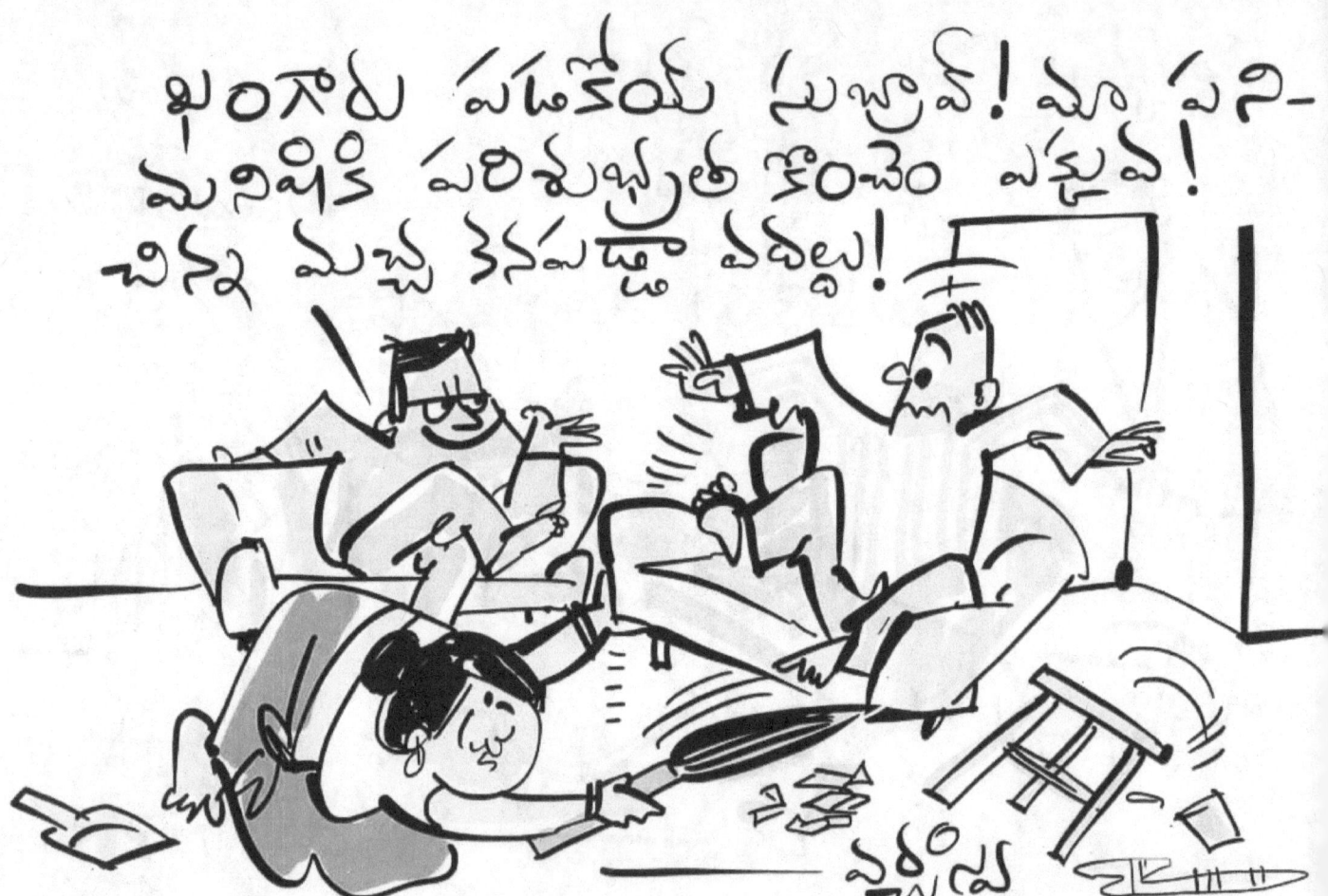

మీతో చెప్పినా... ఆ 'గోడ'తో చెప్పినా ఒకటే బాబూ!! ఒక్క పనీ కాదు!!
అవునా... ఎక్కి ఈ 'గోడ' మీద ఏదో పెట్టి నెట్టుకున్నావ్...?

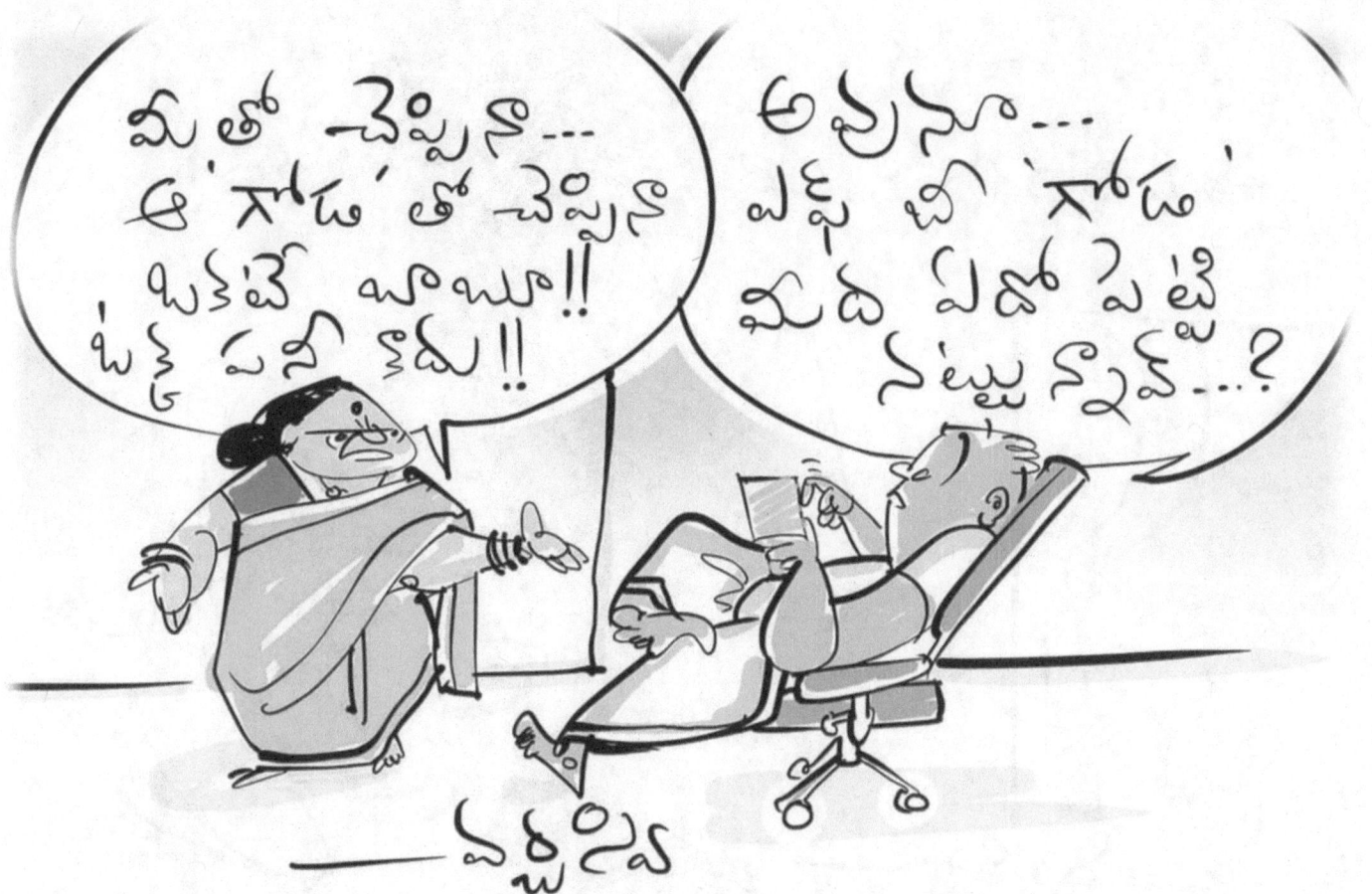

ఇదో కాంతం! మేకు కొట్టి
తగిలించమంది ... నా ఫోటోని!!

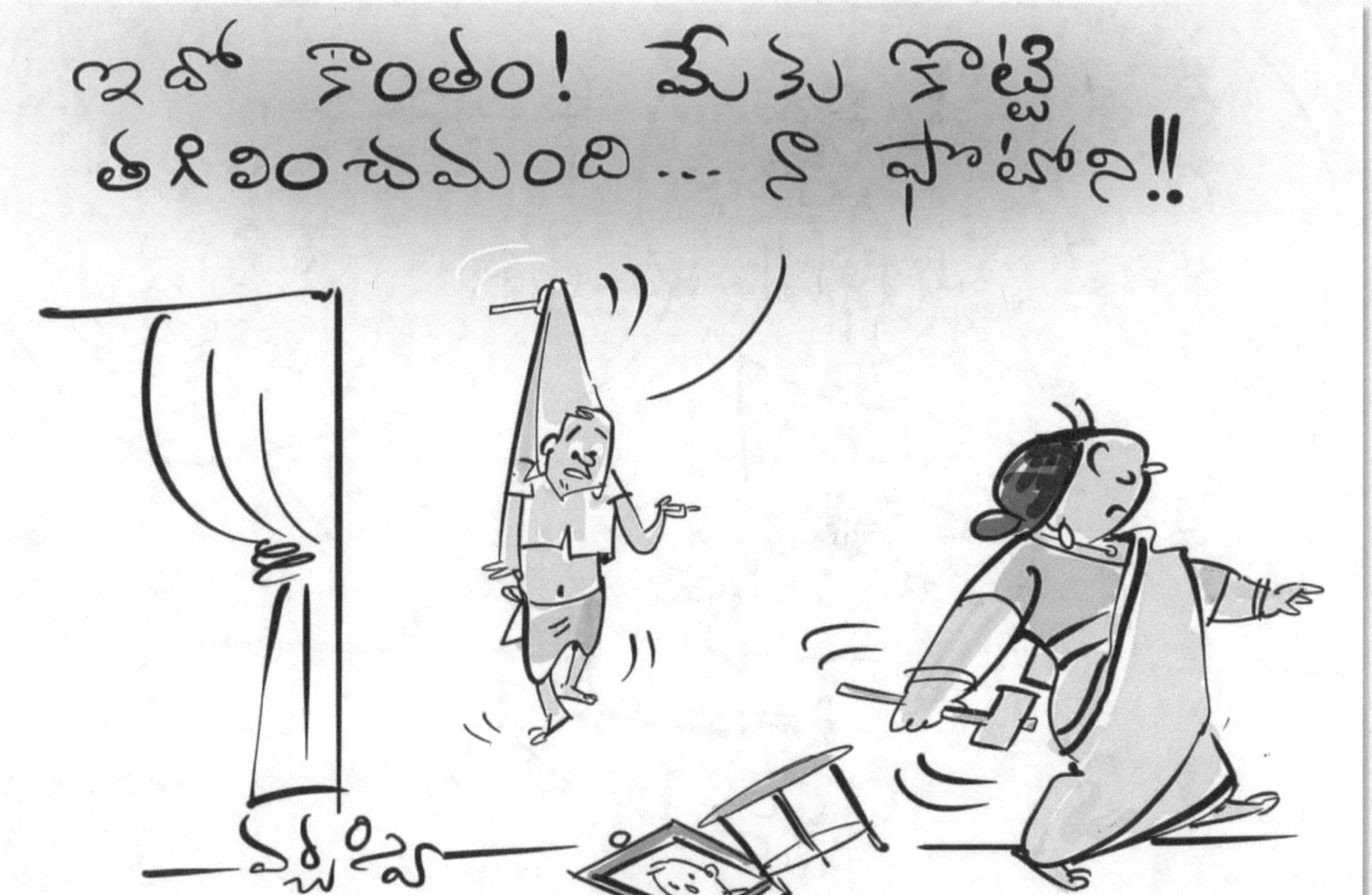

వానొచ్చేట్టుంది... గొడుగు
తడిసి పోకుండా జాగ్రత్తగా
తీసుకురండి!

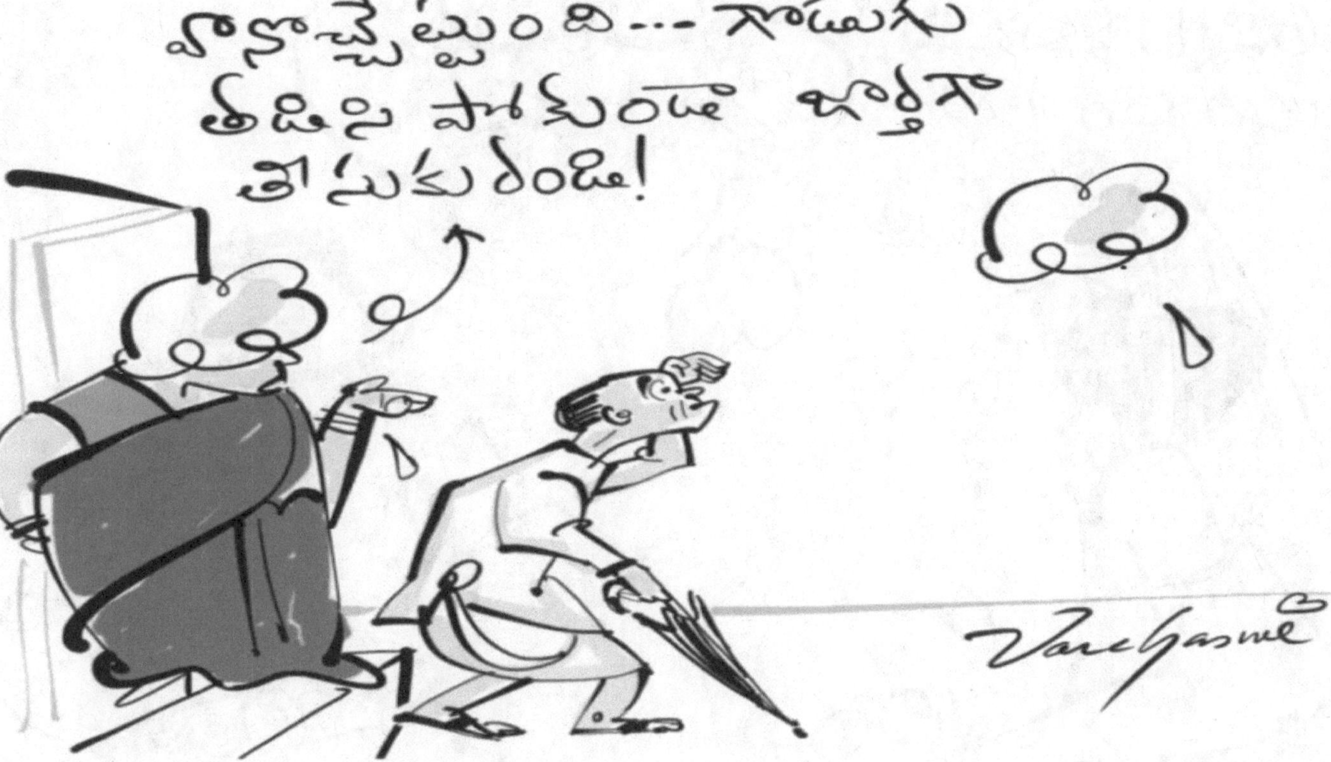

తమరు కానుకలొద్దు
అన్నారు కానుక...
ఇవి పంపారు
రాజా మీ సామంతులు

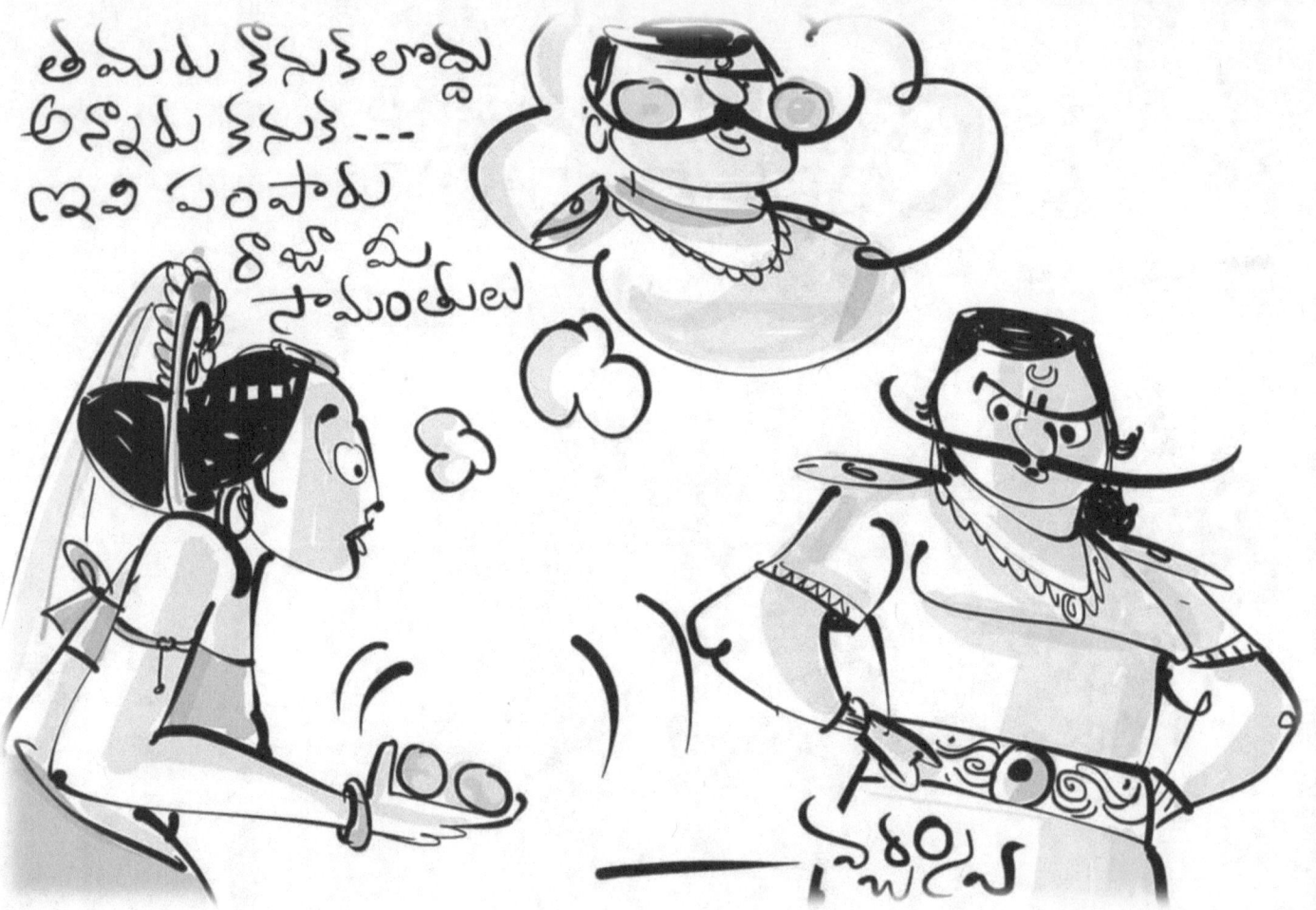

కనీసం సీసీ కెమెర అన్నా పెట్టించుకోలే!
ఎట్లా పట్టేస్తాడో రా మన మూమెంట్స్...యదవ!
అర్థమై చావట్లా!
MANAGER

అబ్బ! ఇంత గొప్ప టిప్పా..? థ్యాంక్స్!
మొన్న అంత గొప్ప OTP ఇచ్చావు కదా... థ్యాంక్స్
MANAGER

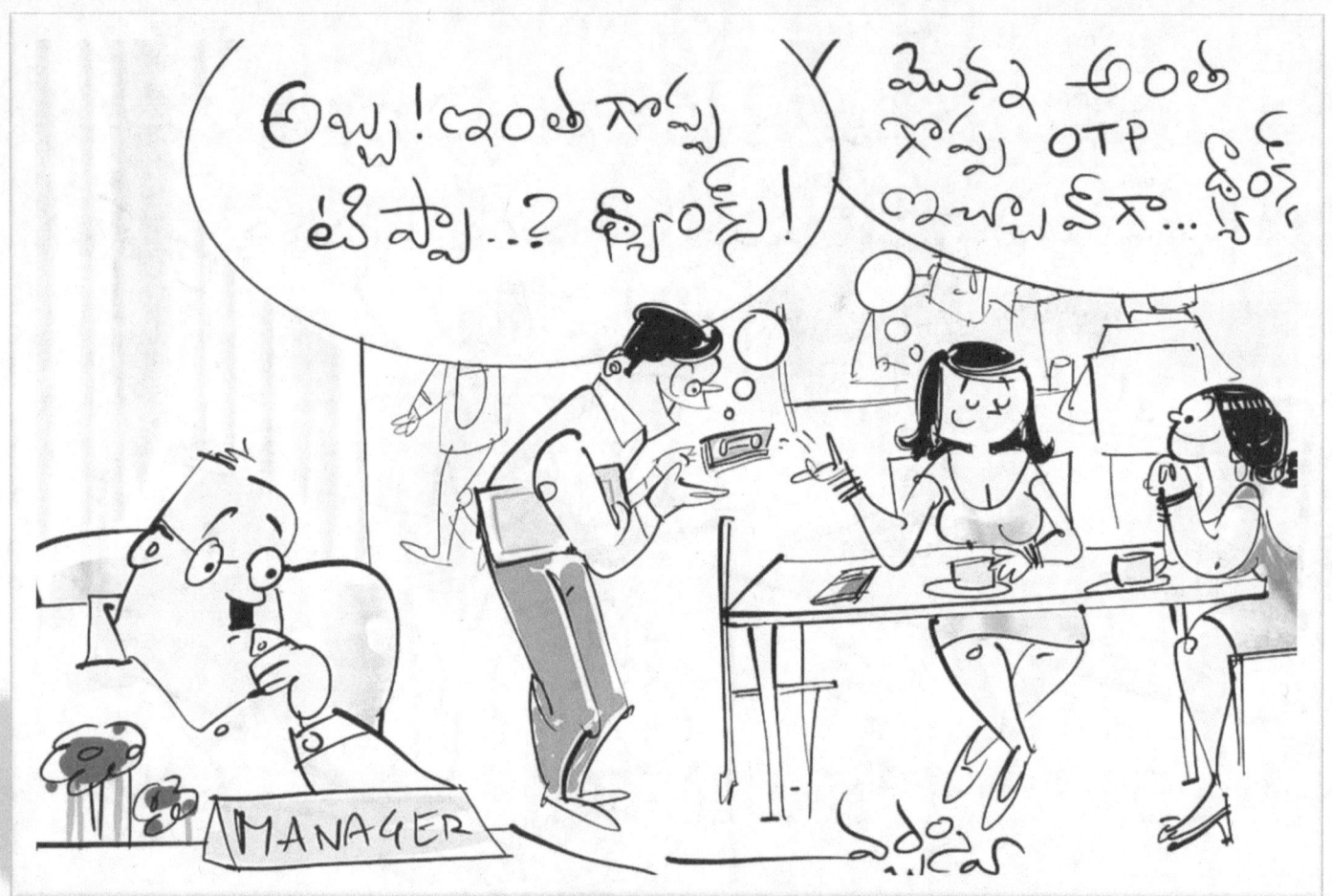

మరేంలేదు! వచ్చే నెల దాని జీతం పది శాతం
పెంచకుంటే... నే పీక పిసుకుతానంటూ
నోటీసు ఇస్తోందే!

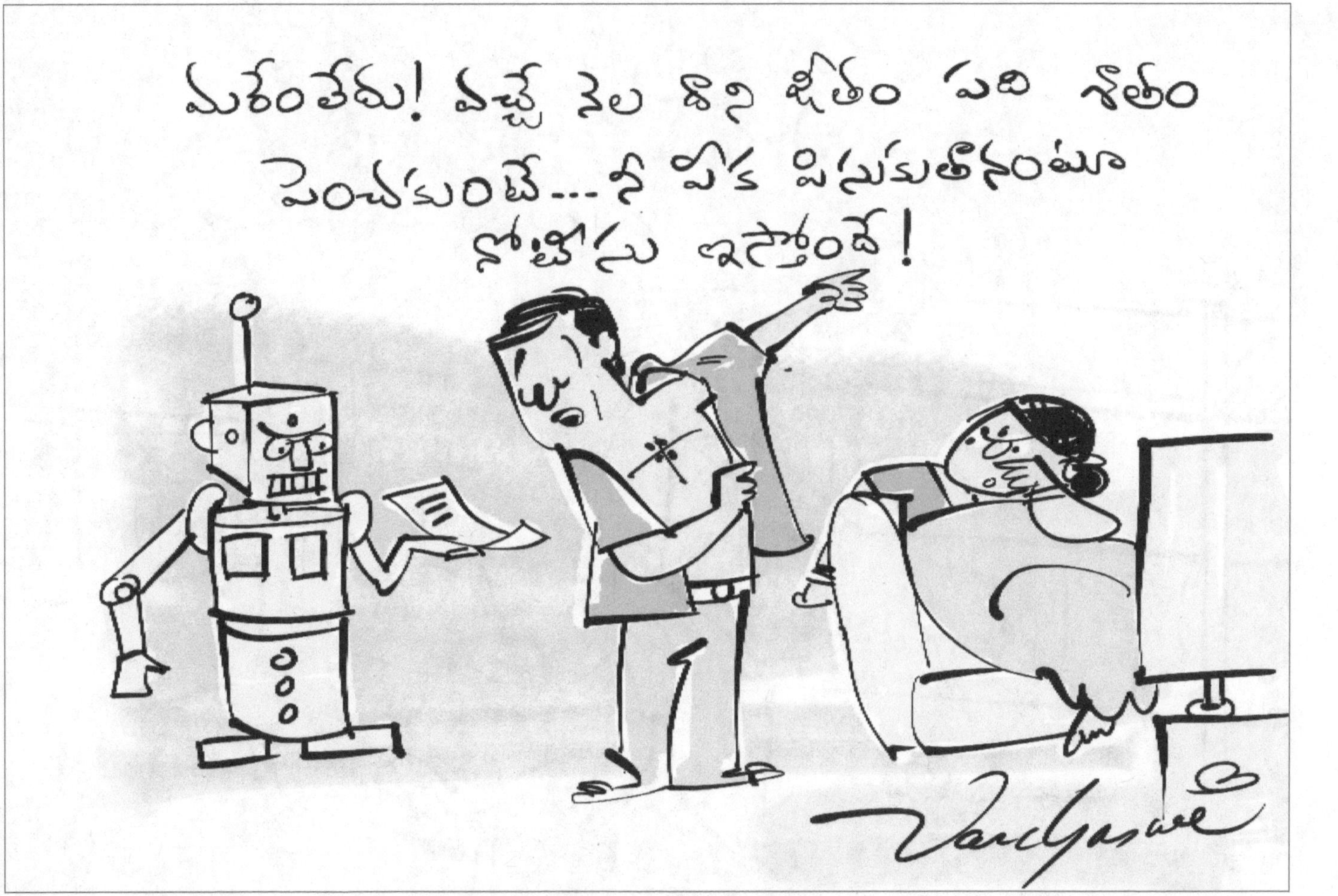

పరిశుభ్రత ఆవిడ హక్కుట!
పాపం - హక్కులే గానీ బాధ్యతలు
గుర్తుకు రావు వీళ్ళకి..!

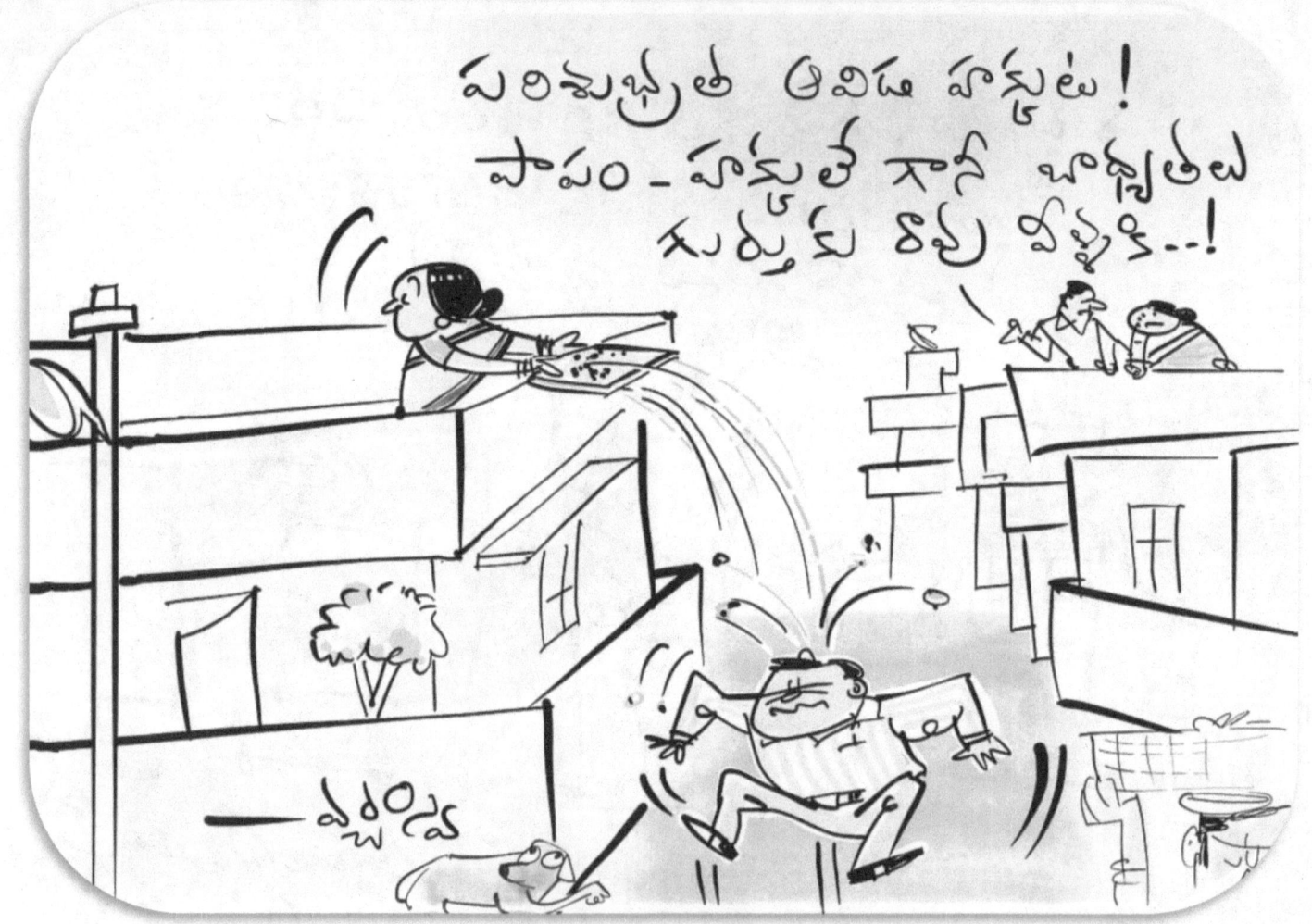

తెలివోన్సర్! ప్రోటాన్స్ అని ఎక్కడో చదివాను సార్!! వెరైటీగా ఉంటుందని బాబుకు 'ప్రోటాన్స్' అని పేరెట్లు...!
HDS
ADMISSIONS

ఆ షా లో చేసినోడికి చెప్పు చూపిస్తే ... పారిపోయాడు!
ఇతగాడికి నేను రఖీ 'చూపించా అంతే!!

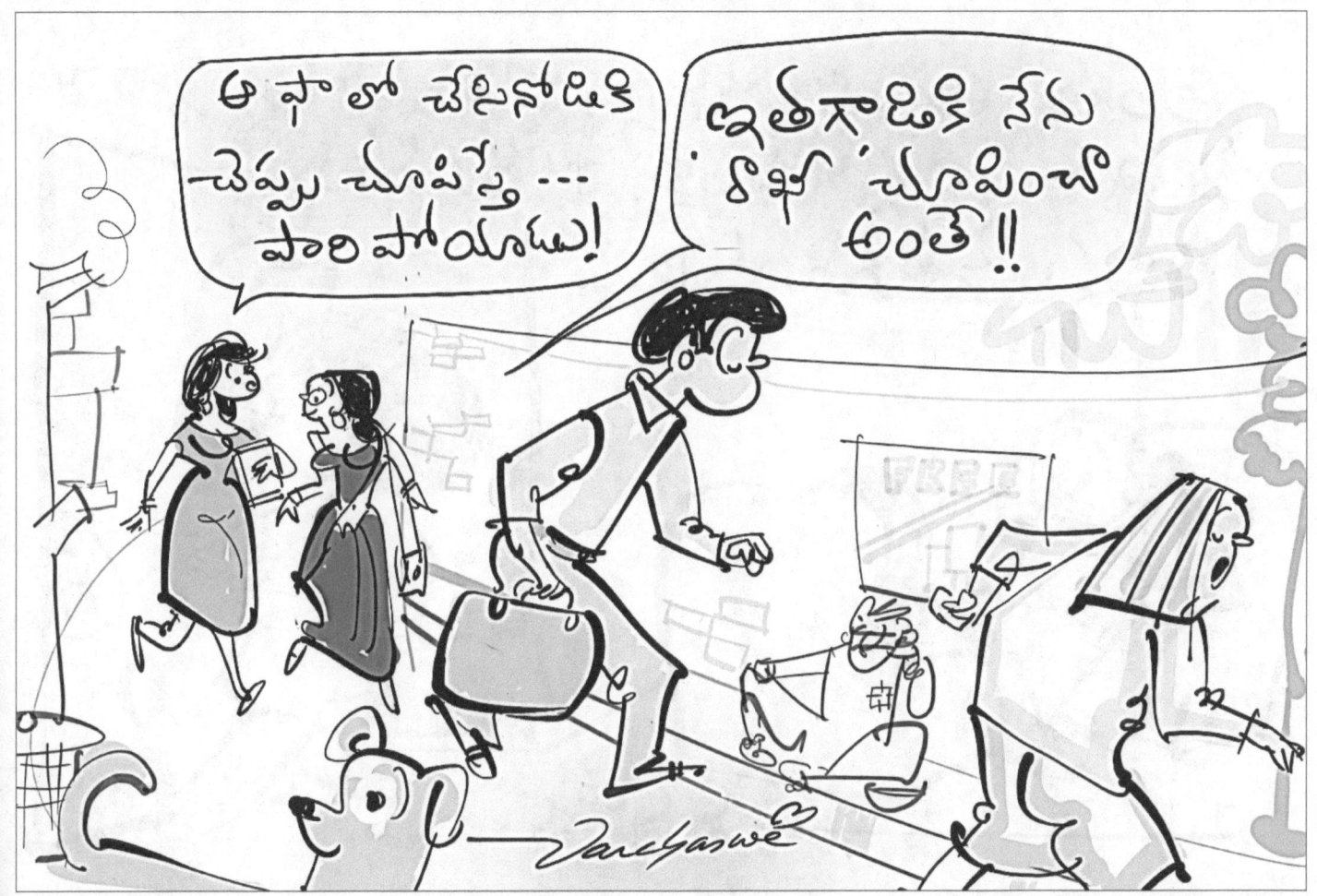

అంత అలవాట్లోనూ పొరపాట్న కూడా
నెత్తిన విగ్గు మర్చిపోరు వదినా
ఆఫీసుకెళుతూనూ...

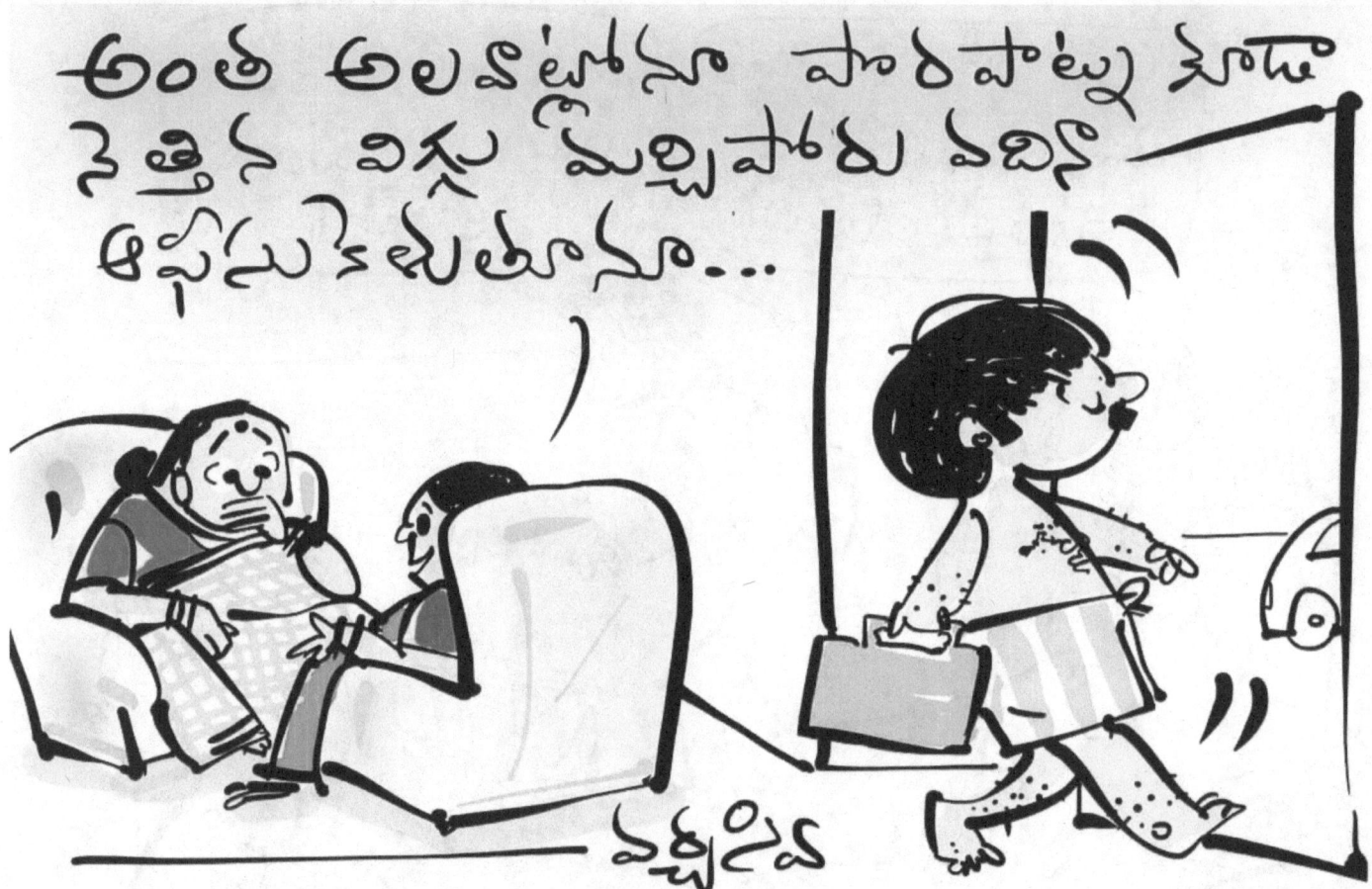

బ్లాక్ ఫంగస్ ఏంటే బాబూ?
ఎండలు మండి తగలుతుంటే కొంచం ఎక్కువ తిరిగా... అంతే!!

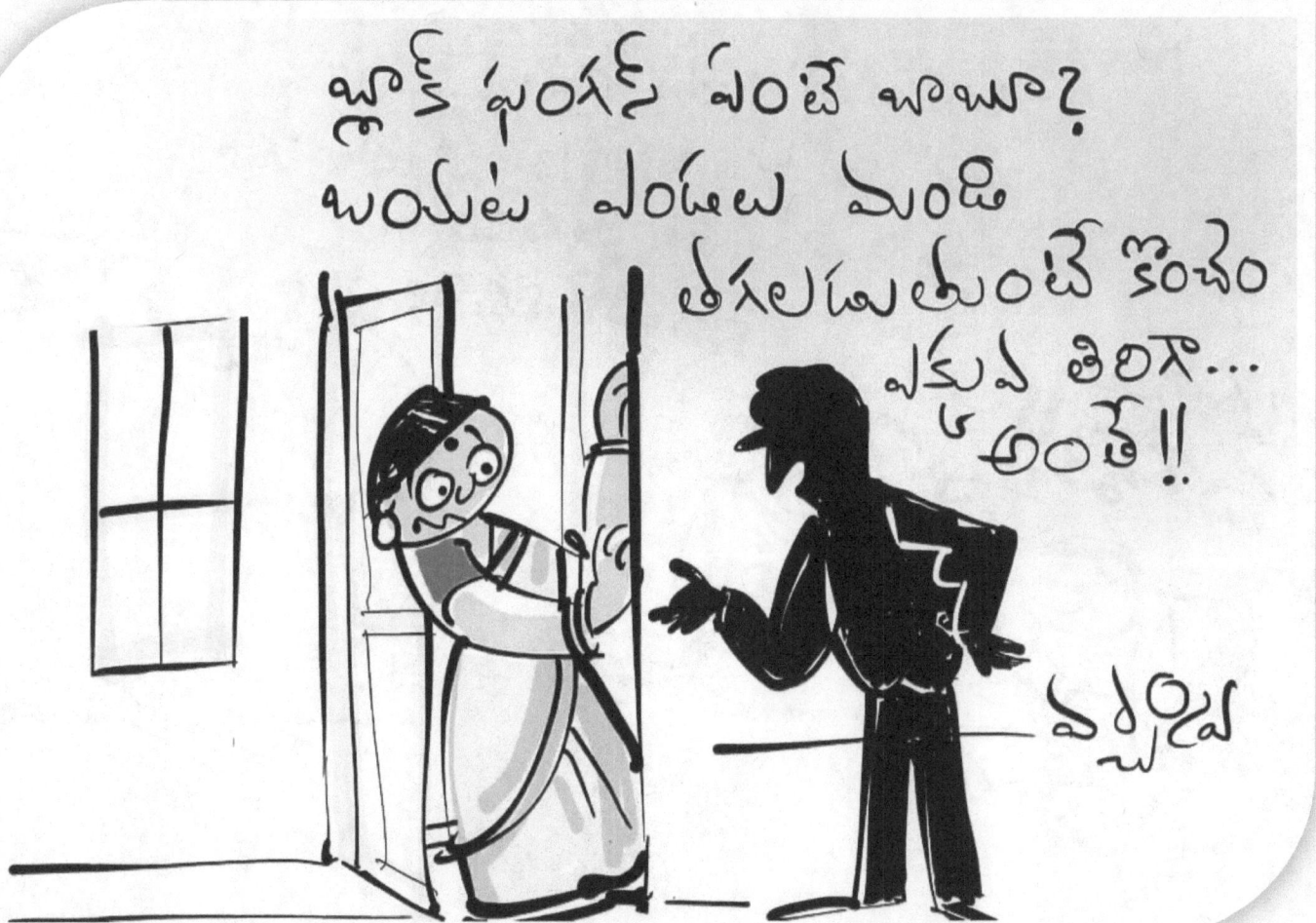

ఆఫీసులో అంతా 'పప్పా.... పప్పగా'
అనే పిలుస్తారు నన్ను! ఇంట్లో వీడొకడూ!!
చక్కగా నాన్న అని పిలవడం
నేర్పరామా వాడికి?
హాయ్ పప్పా!!

పచ్చబొట్లు వేసుకుంటానన్న మాట
వాస్తవమే తనూజా! అయితే... ఈ సూది
తో కాదు అనుకుంటా!
వాఁ!

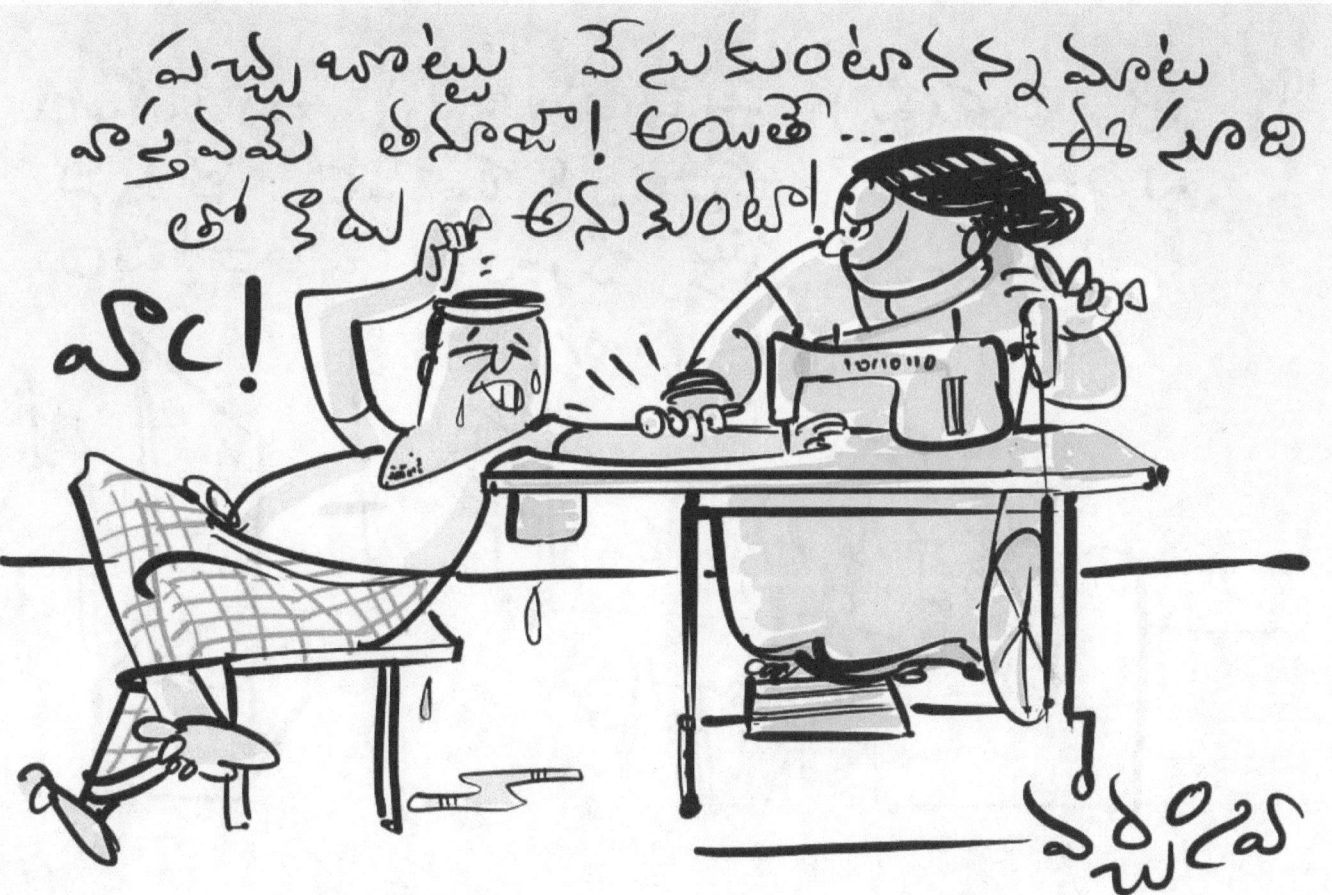

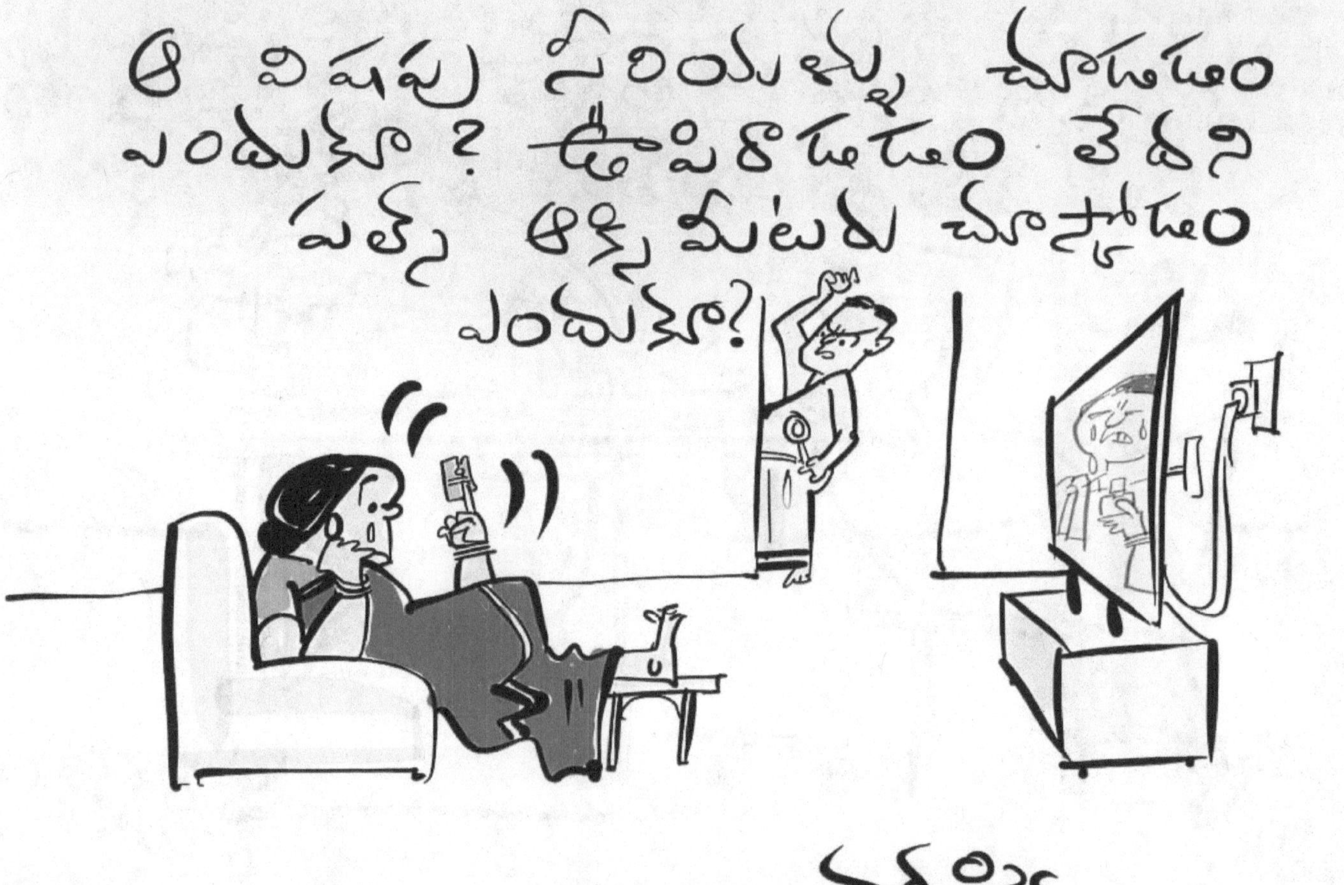

ఆ విషపు సీరియళ్ళు చూడటం
ఎందుకూ? ఊపిరాడటం లేదని
పక్కన ఆక్సిమీటరు చూస్కోటం
ఎందుకూ?

పోలింగ్ బూత్ కి వెళ్ళకుండా... ఇలా రిమోట్ తో ఓటు వేసే సదుపాయం ఉంటే బాగుండు కదూ సునీ?
అవును! కాఫీ కూడా విసిరితే మీ చేతిన ఇలా పడే సదుపాయం బావుంటుంది కదూ?
వర్చస్వి

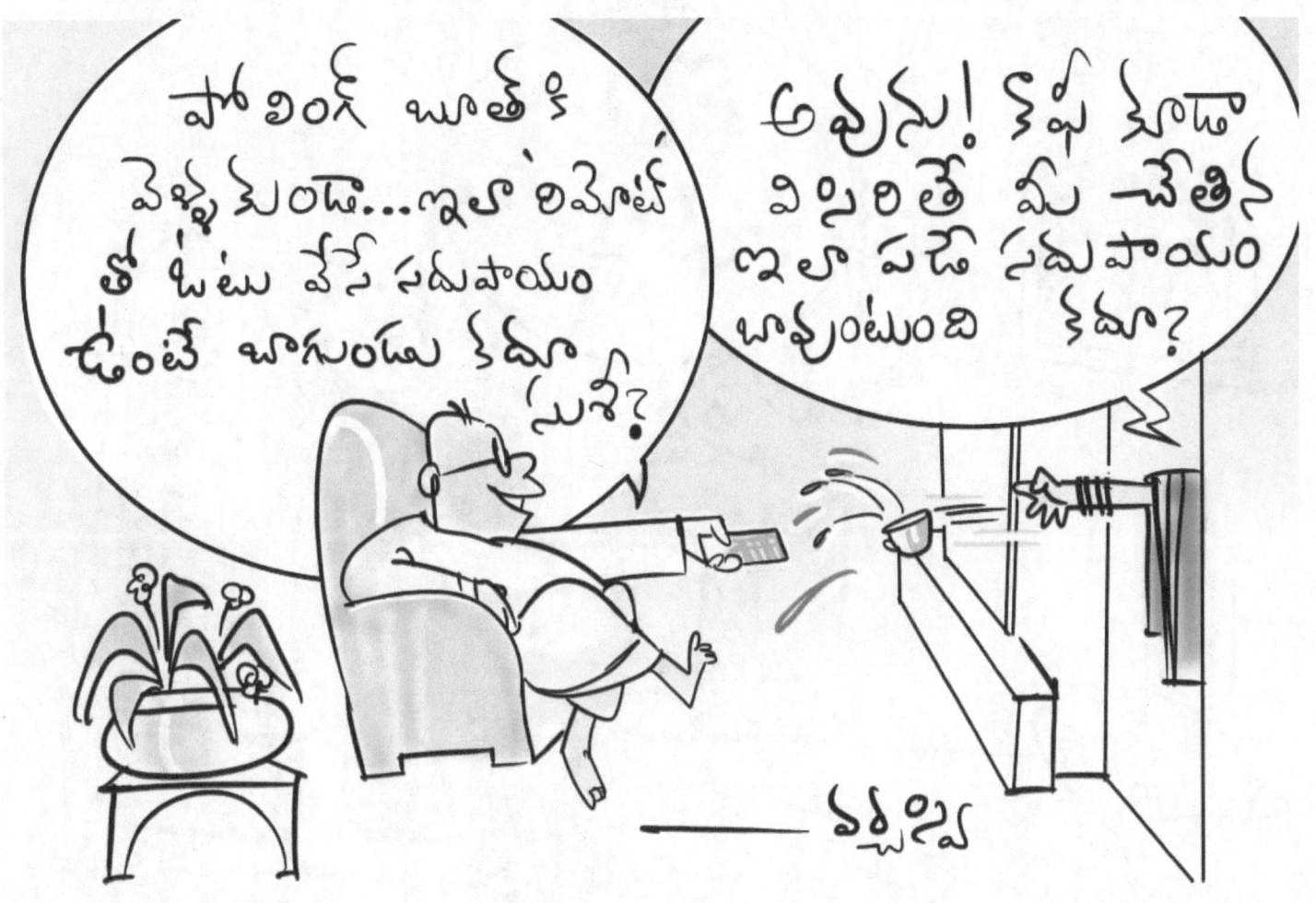

ఇదో ప్రెస్ ఓట్రా... పేజీ పైన దగ్గరపెట్టి
ఉంచకే ఆ 'మండే-కలమ్' కంపోజ్
చేసినవ్వాడి పాలిటం ఏంటి? తమాషా నా?
ఓటర్
జ్వాల పత్రిక

ఈ వయస్సులో నీకు రంగులు అవసరమా తులసీ?
తమరికి విగ్గు అవసరమైనప్పుడు నాకూ ఇది అవసరమే!!

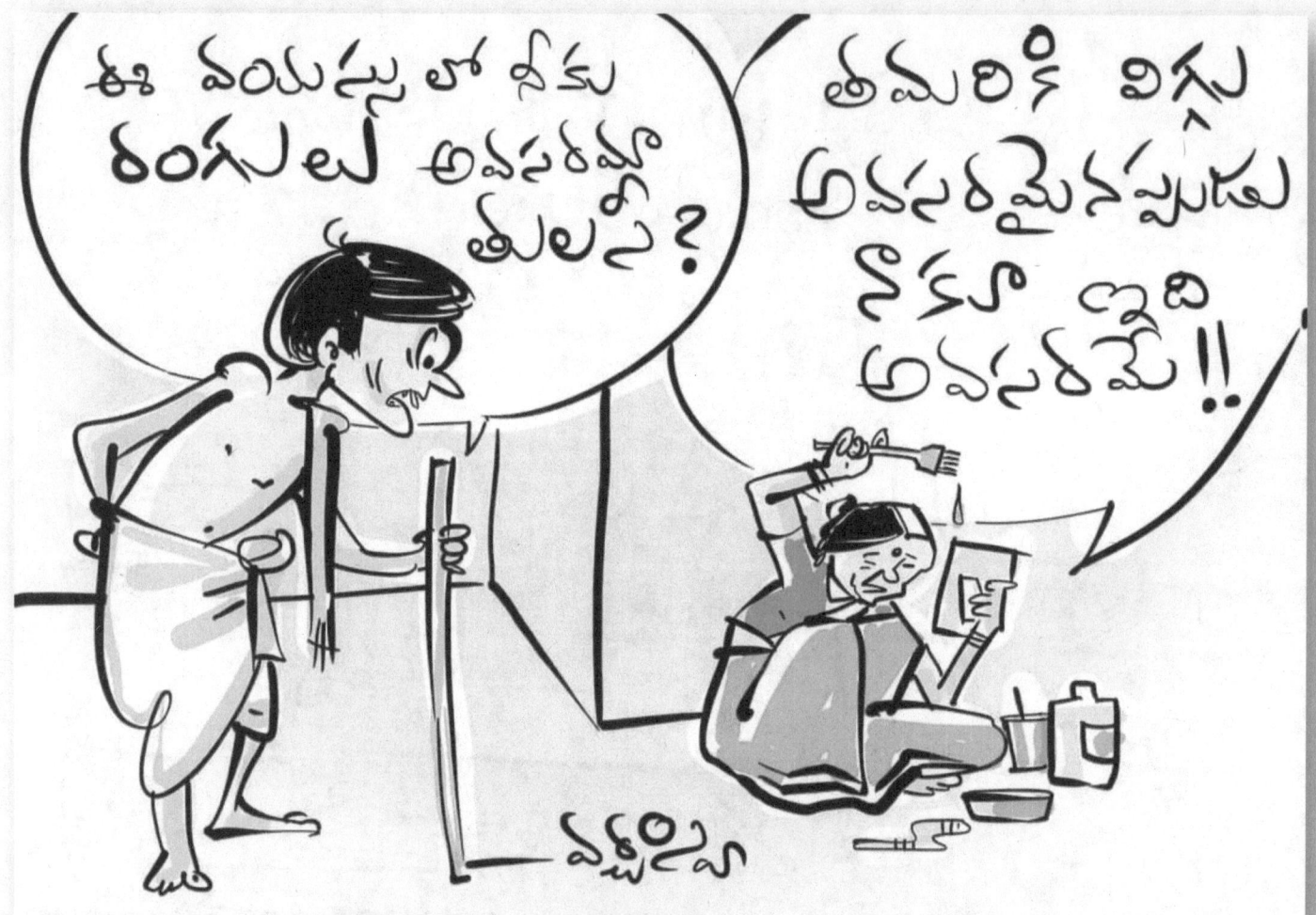

ఓ ముప్పై ఏళ్లుగా నా డబ్బు నేనే కొట్టుకుంటం లో ప్రఖ్యాతి వహించాను! పెళ్లి కావాలా?
GROUND

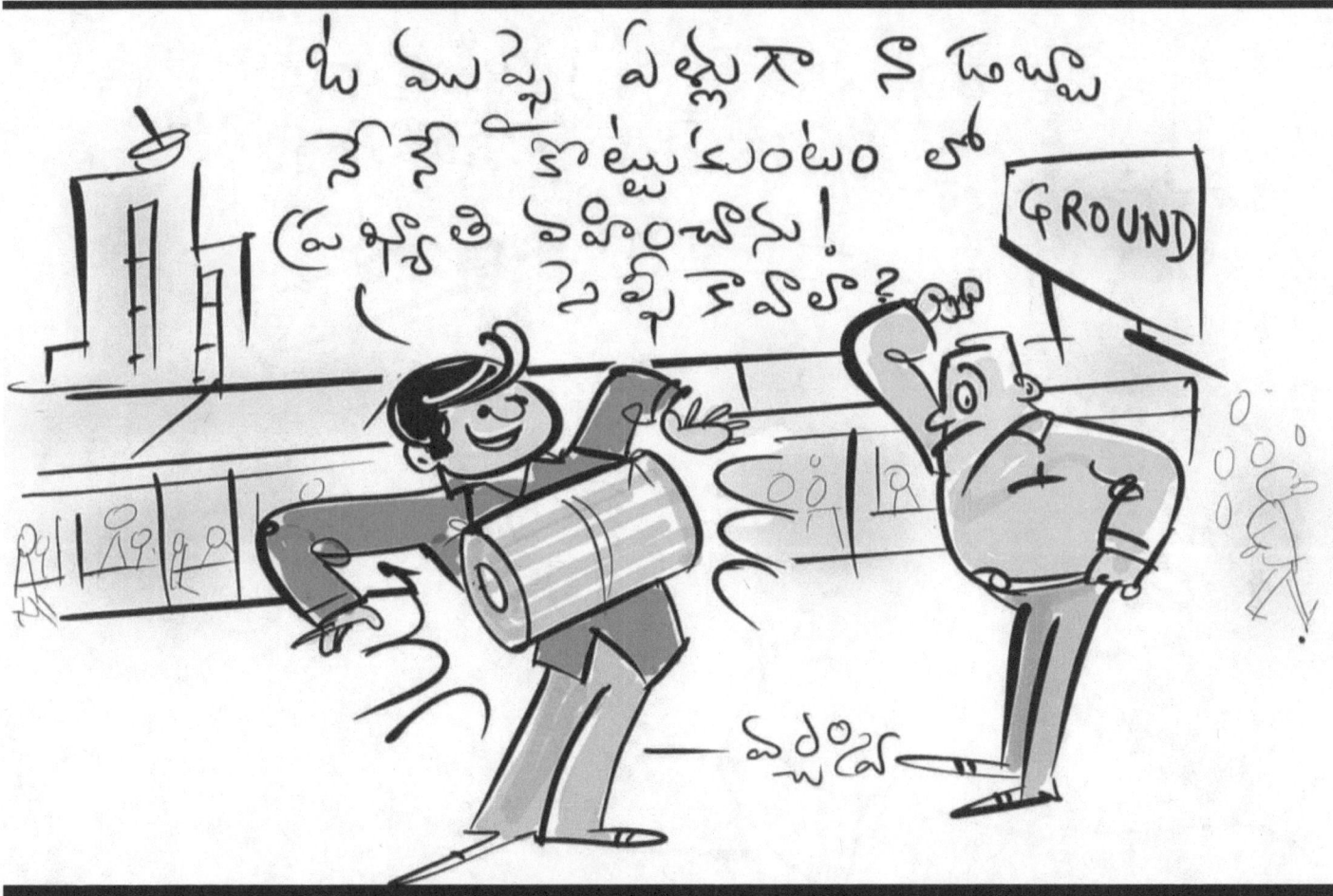

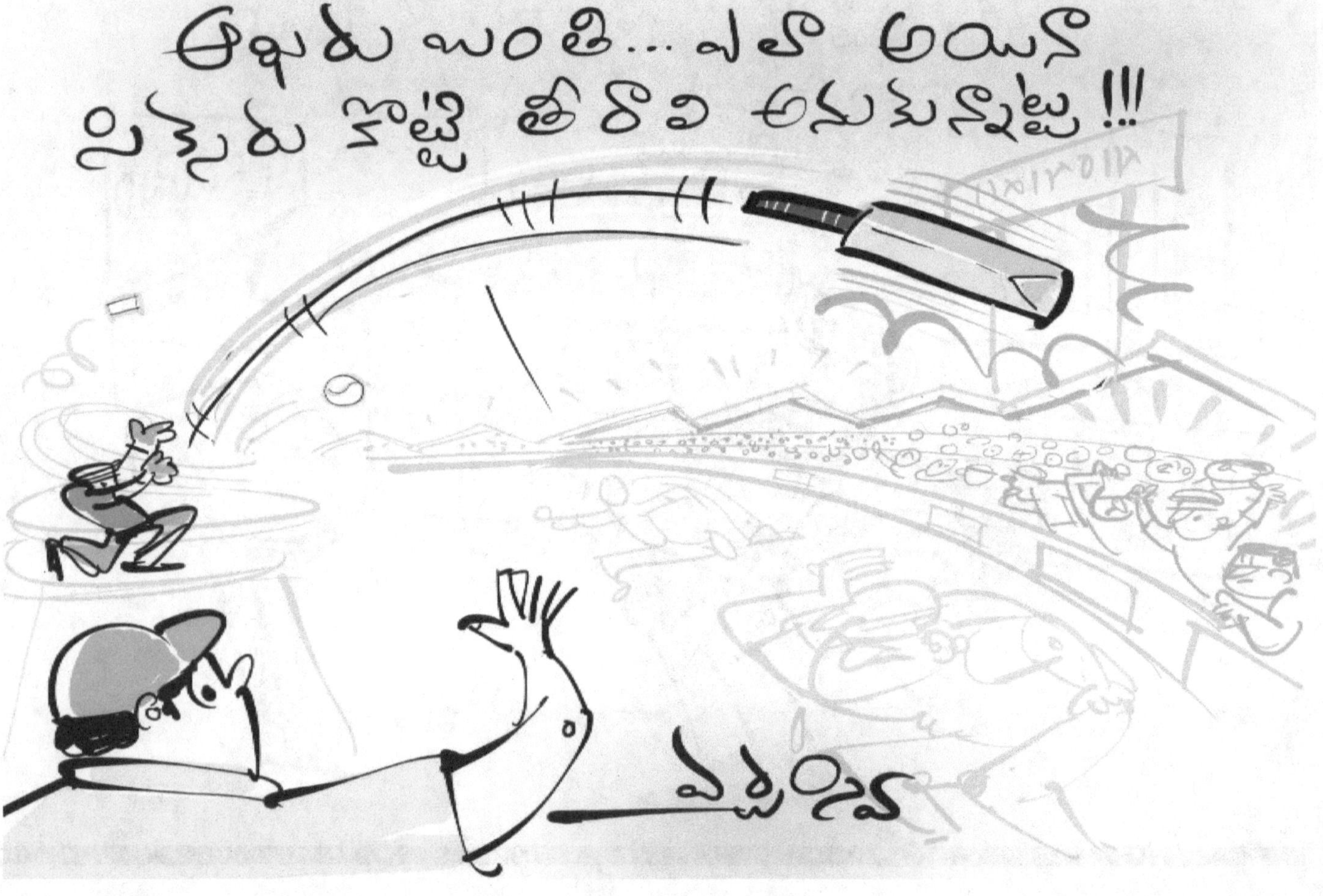

ఆఖరు బంతి... ఎలా అయినా
సిక్సరు కొట్టి తీరాలి అనుకున్నట్టు!!!

రెండు బంగారపు పళ్ళలో... దొరికితే
ఒకటి నీకూ... ఒకటి నాకు...
సరేనా?

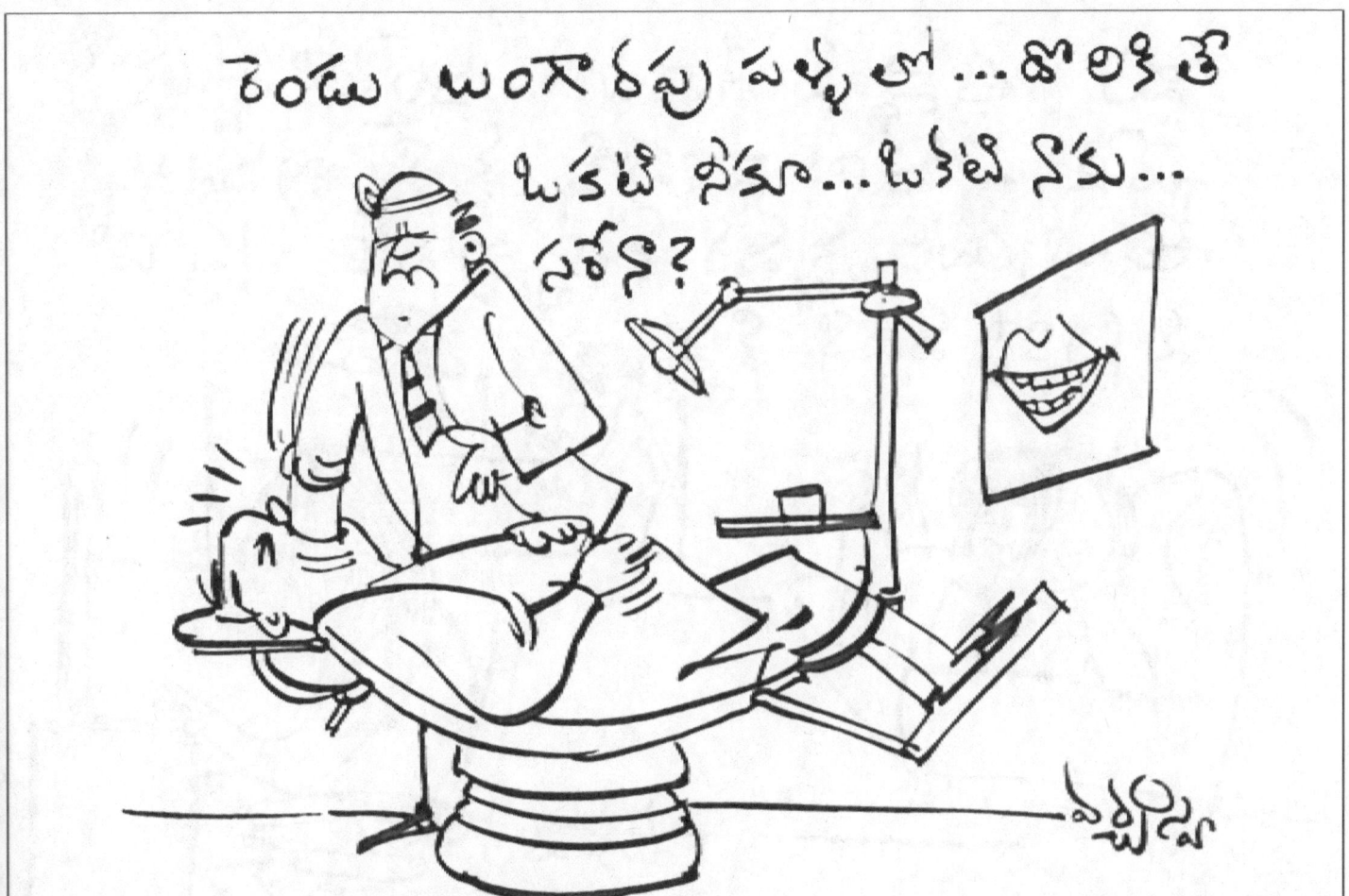

మీ ఆస్థాన బాబా ఎవరికైనా ఫోన్ చేసి - మా పాపకి కళ్యాణమా.. అబ్బాయికి క్షవర కళ్యాణమా ఎప్పుడో కనుక్కో వదినా కాస్త

మా శ్రీవారు ఎంత మంచోరో! శ్రావణమాసం చీర ఒకటి కోరితే రెండు తెచ్చారహో..!
బాక్స్ ఓపెన్ చేసేశావా? రె...రె...రెండోది నీ...నీకు... తే... తేలేదే! పార్శిల్ మారిపోయి ఉండొచ్చు!!

ఏమండోయ్! మన చిన్ననాటి గాజులమ్మి వచ్చేసింది! స్ట్రాంగ్ గా ఓ గాజుమున్నర కాఫీ పంపుదురు త్వరగా..!

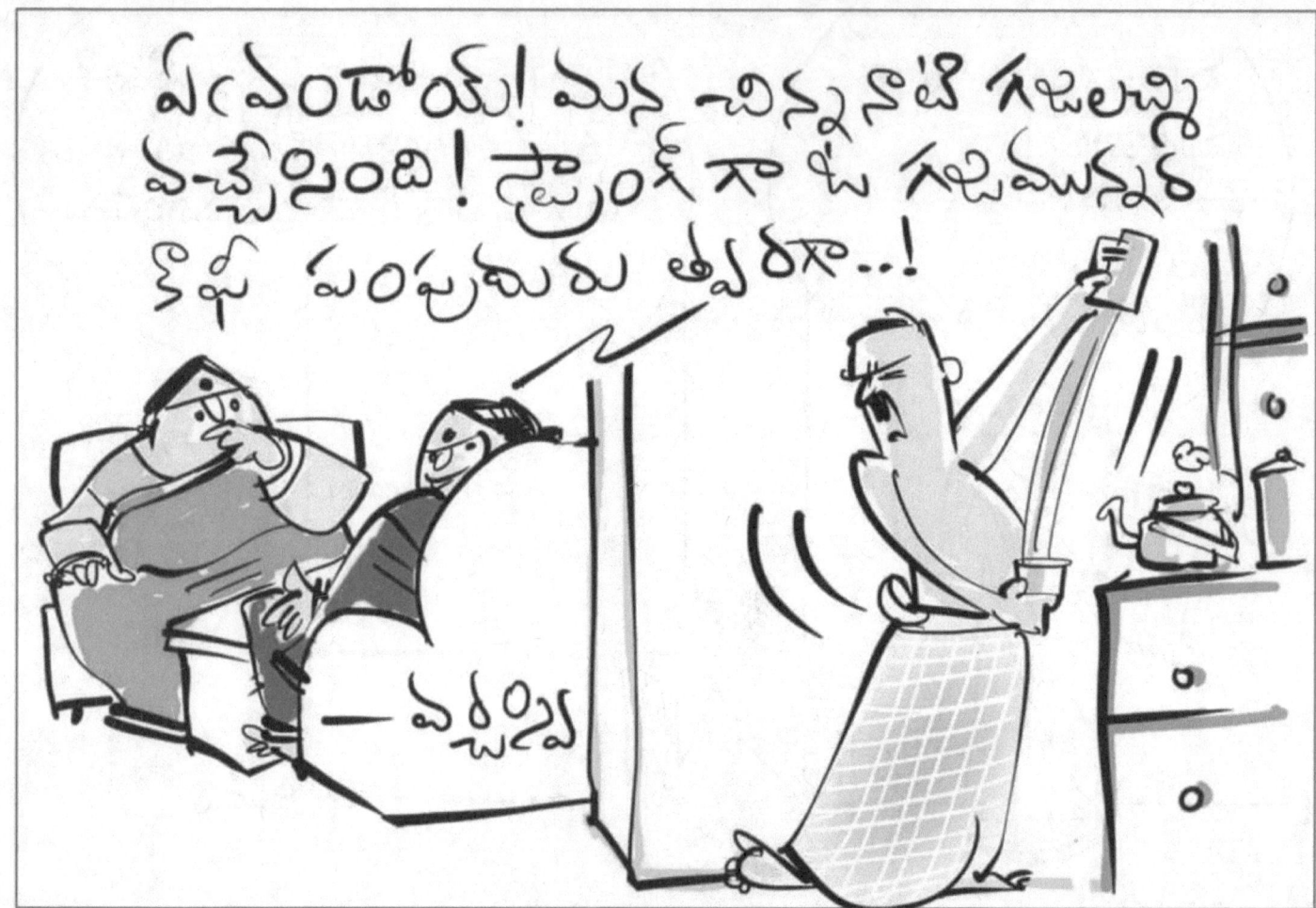

అద్భుతమైన థ్రిల్లర్స్ చూట్టం...
నామీద ఇలా ప్రయోగం
చేయటం... ఇదేం
బాలేదు 'సుశీ'!!
Varchaswi ©

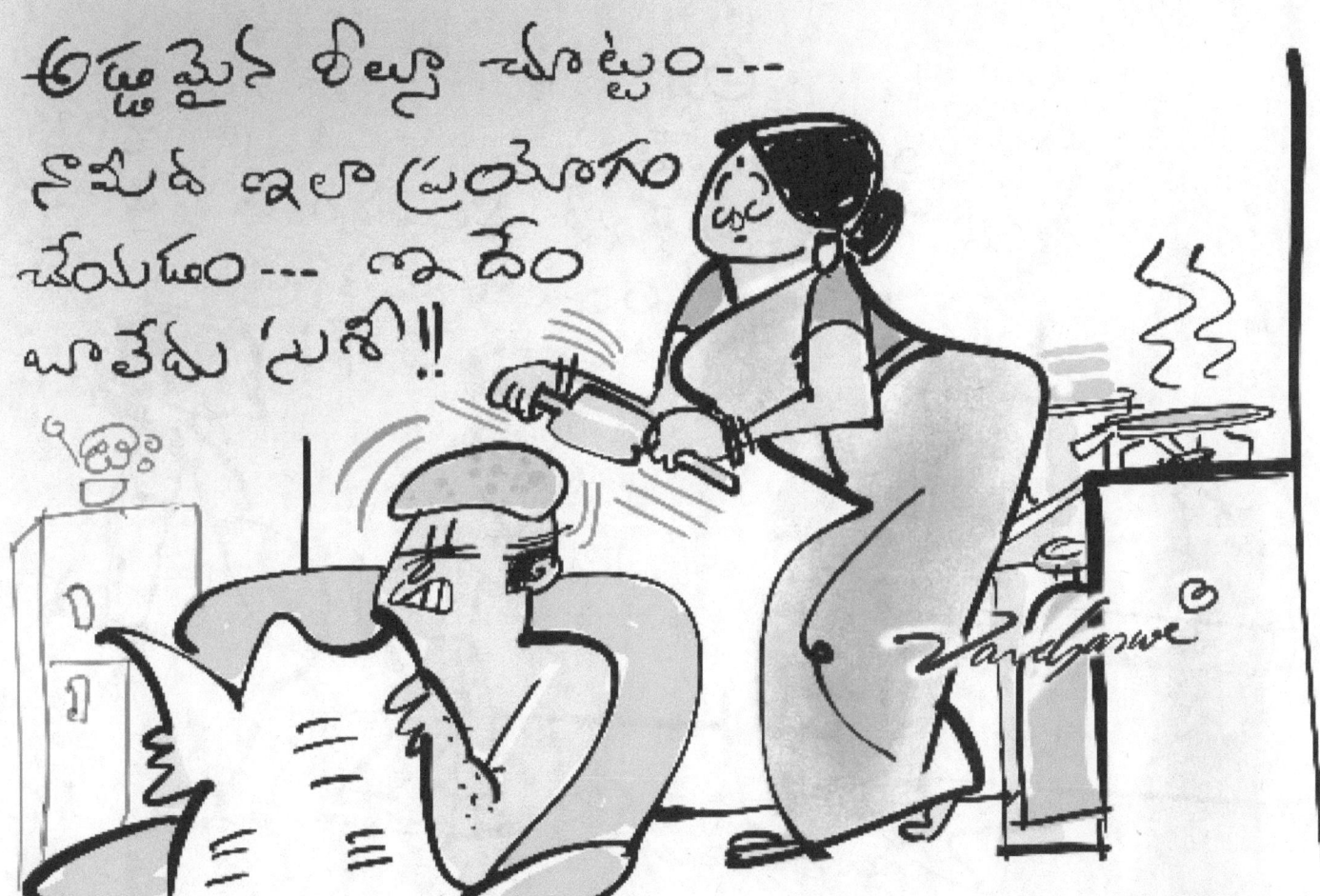

అప్లై చేస్తోగానే ...
విడాకులు ఇప్పిస్తే బావుండేదేమో లాయర్ గారూ!! ఇన్నేళ్ళ వాయిదాల తర్వాత ఇదీ పరిస్థితి! అంచేత, ఇక డ్రాపయిపోతాం సార్!

నువ్వెన్ని చెప్పు!! మా నేత
మరో 20 ఏళ్ళు అధికారం లో ఉంటాడు అని
చెప్పటం ...పంచాంగ శ్రవణం లో కుదరదు!!

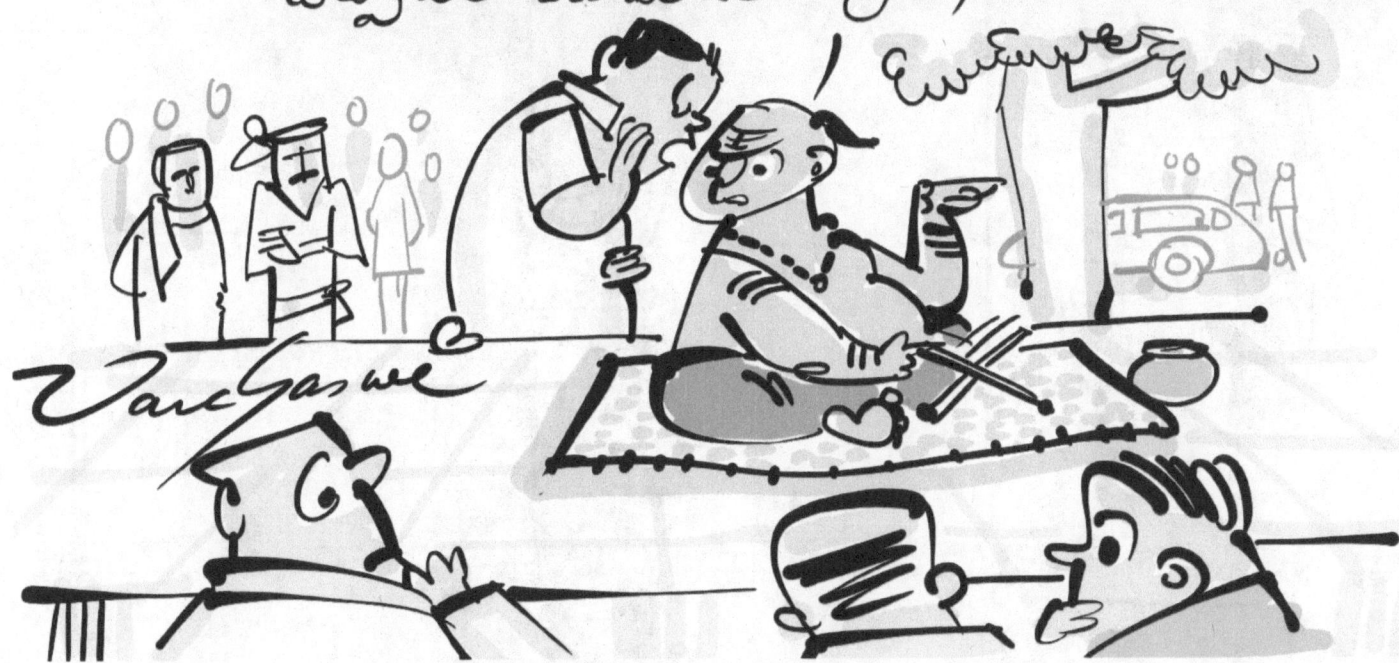

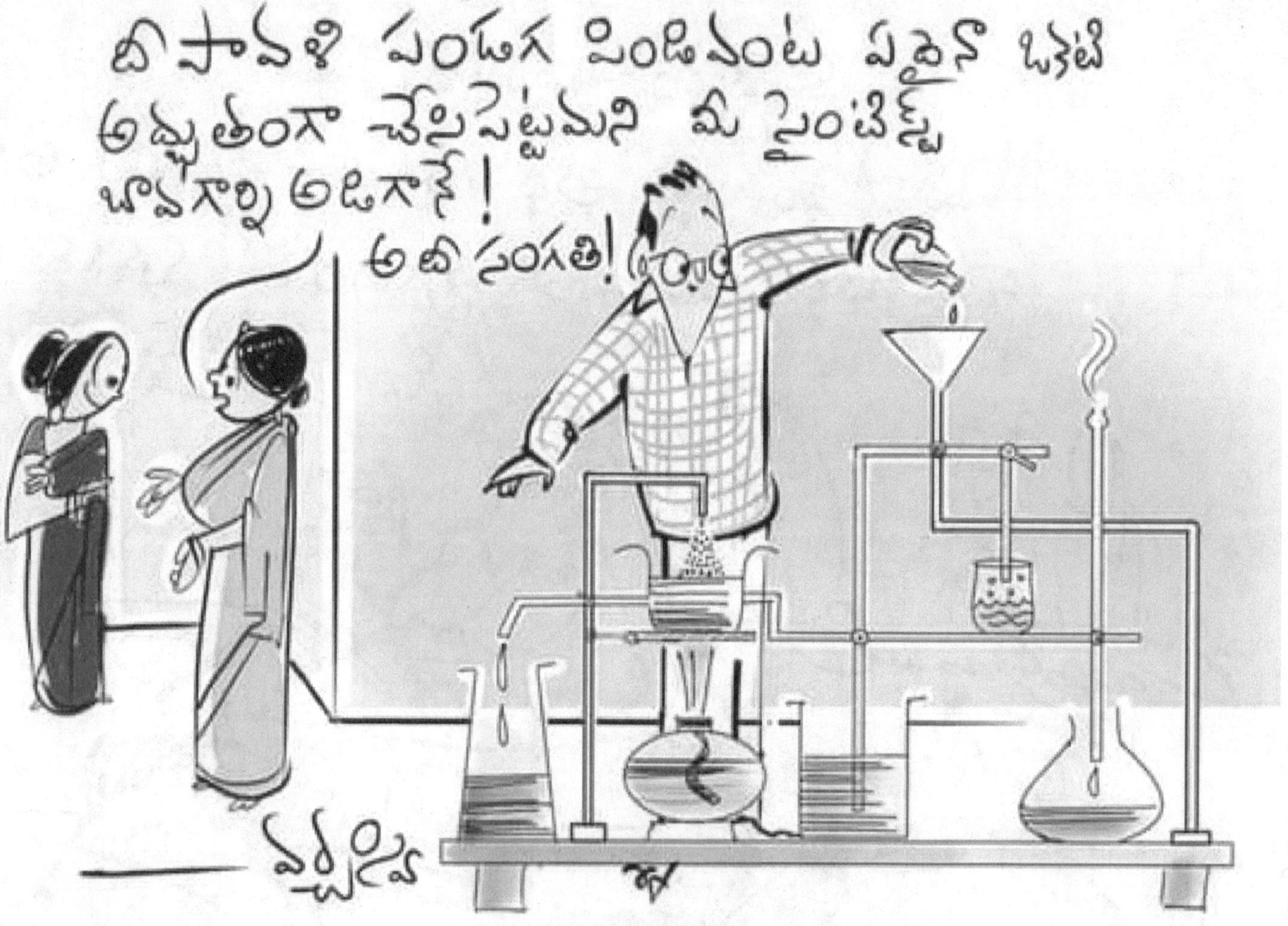

దీపావళి పండుగ పిండివంట ఏదైనా ఒకటి అద్భుతంగా చేసిపెట్టమని మీ సైంటిస్ట్ బావగార్ని అడిగానే!
అదీ సంగతి!
వర్చస్వి

వారే అయోమయంల్లా
సమస్యల్లా గూగుల్లో దొరుకుతుంది చూస్తే
అనేసెప్పింది మా బామ్మ!

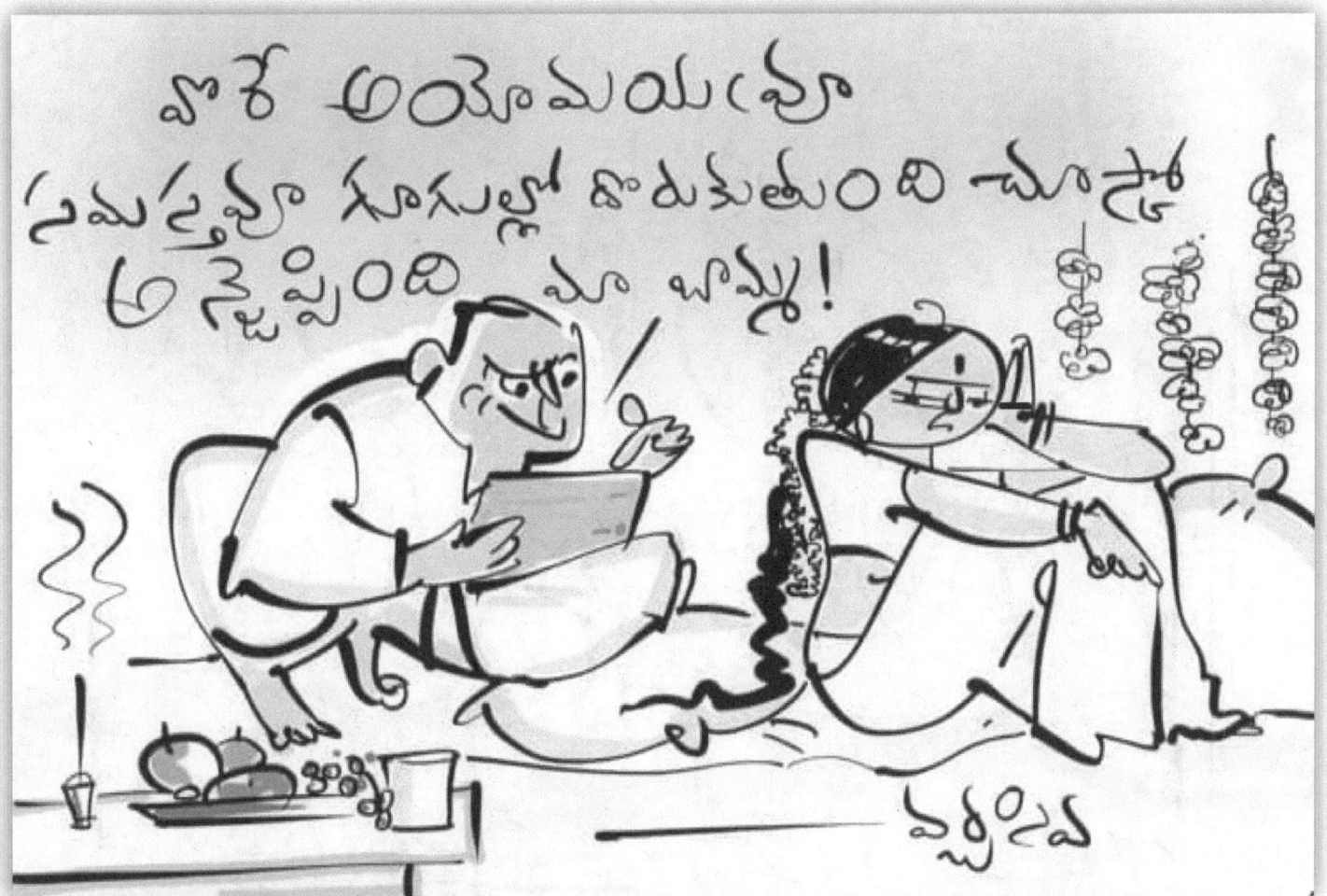

హాంయేస్ దొంగా! మీకు పేకాటు ప్రాణం
అటుగా? చెప్పండి! ముక్కలాటా?
ఘంకీ పలాసా...?

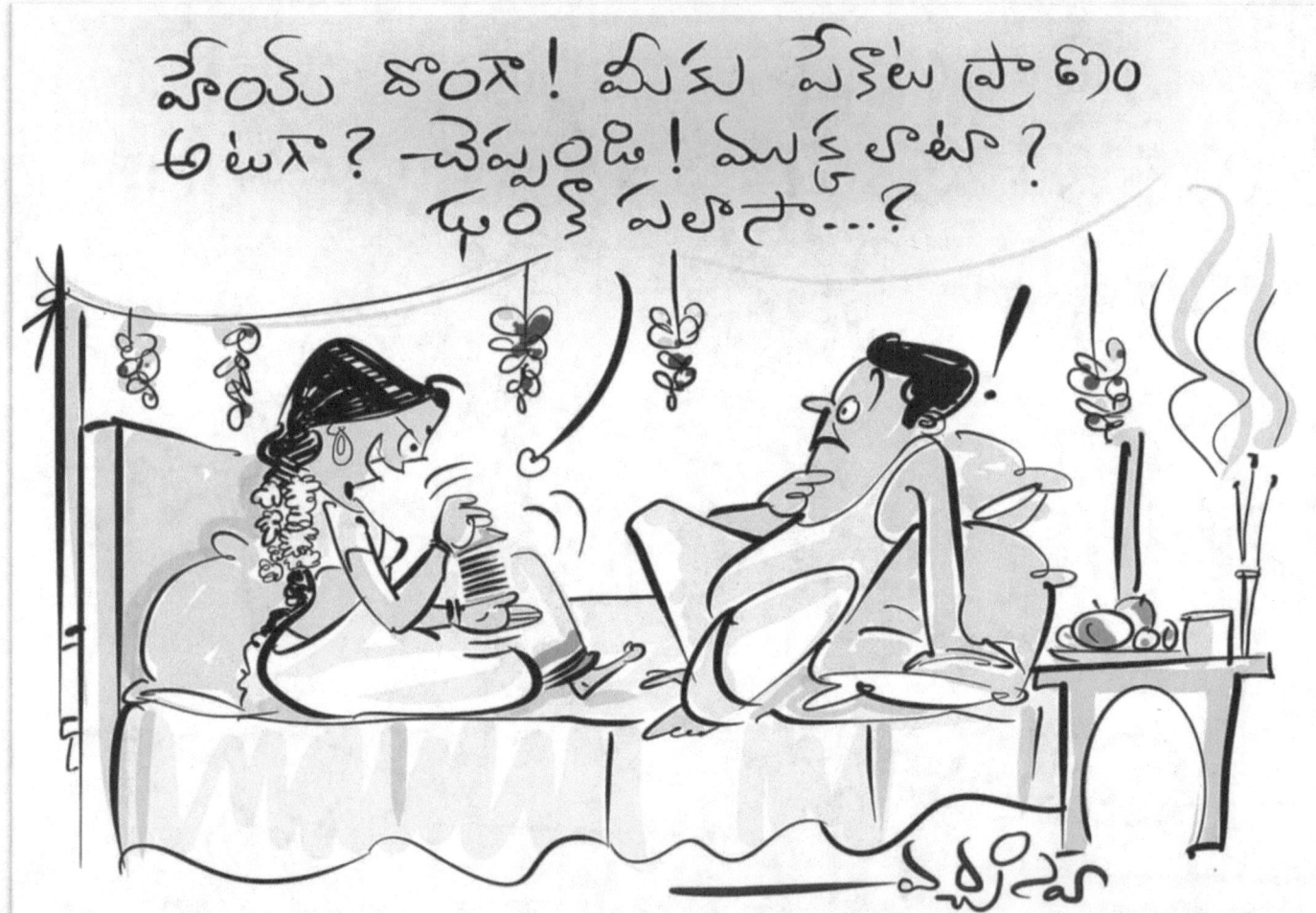

పాడటం తెలీస్తే...
ఏదైనా ఒకటి పాడమ్మా!

తెలుసును డాడీ...
తెలుసును పప్పా!!

నమస్కారం! రండి! రండి!!
చాల్లే బడాయి! తమరు "యోగా ఎక్స్‌పర్ట్" అని ఆవిడకి తెల్సు!!

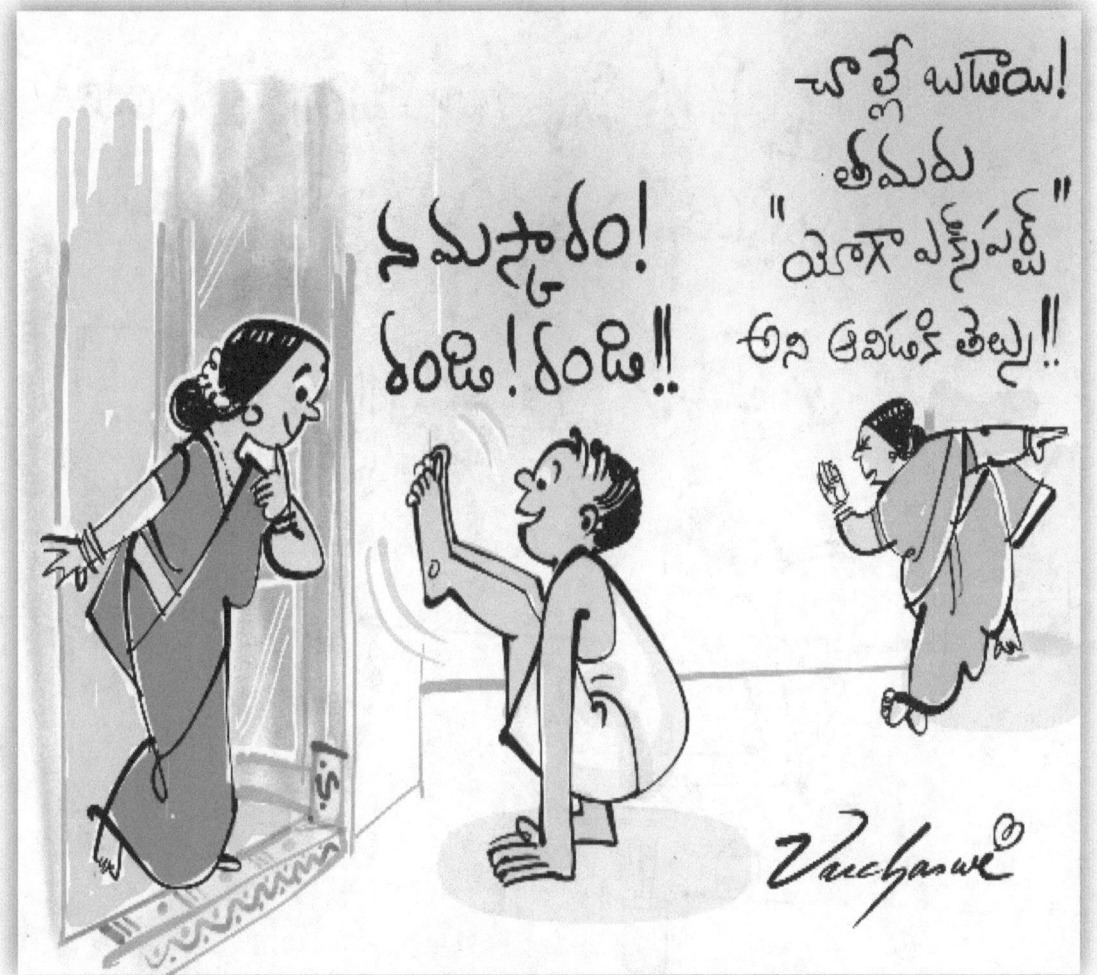

డైలీ - ఒక కార్టూను వెయ్యటం... అలాగే యోగా చెయ్యటం... మర్చిపోరు వదినా! సమయం లేకుంటే రెండూ కలిపి చేసేస్తారు!!

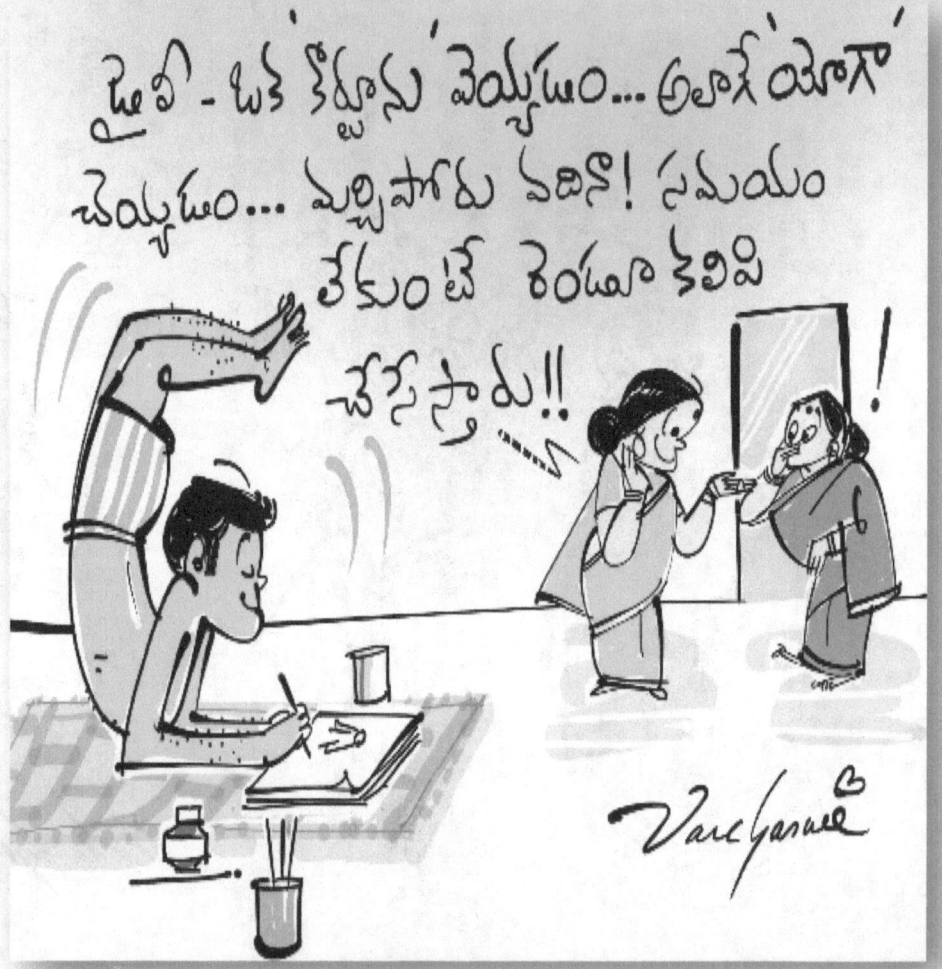

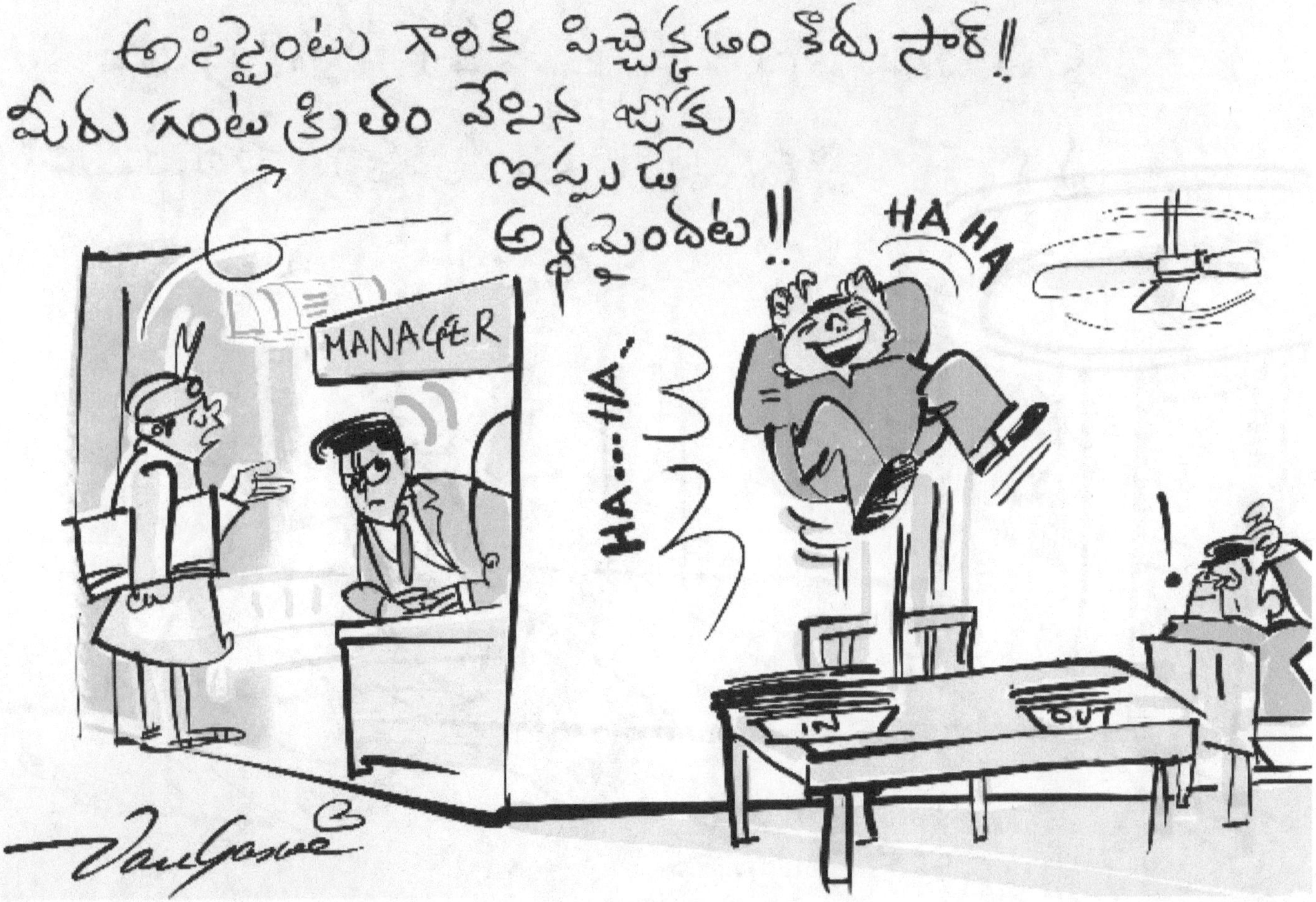

అసిస్టెంటు గారికి పిచ్చెక్కడం కాదు సార్!! మీరు గంట క్రితం వేసిన జోకు ఇప్పుడే అర్థమైందట!!
MANAGER
HA HA
HA...HA..
IN
OUT

కొత్త వస్తువేది కొన్నా... నాకు చూపించిన
తర్వాతే వాడుటం ఆయనకు సెంటిమెంట్
వదినా!!
2001

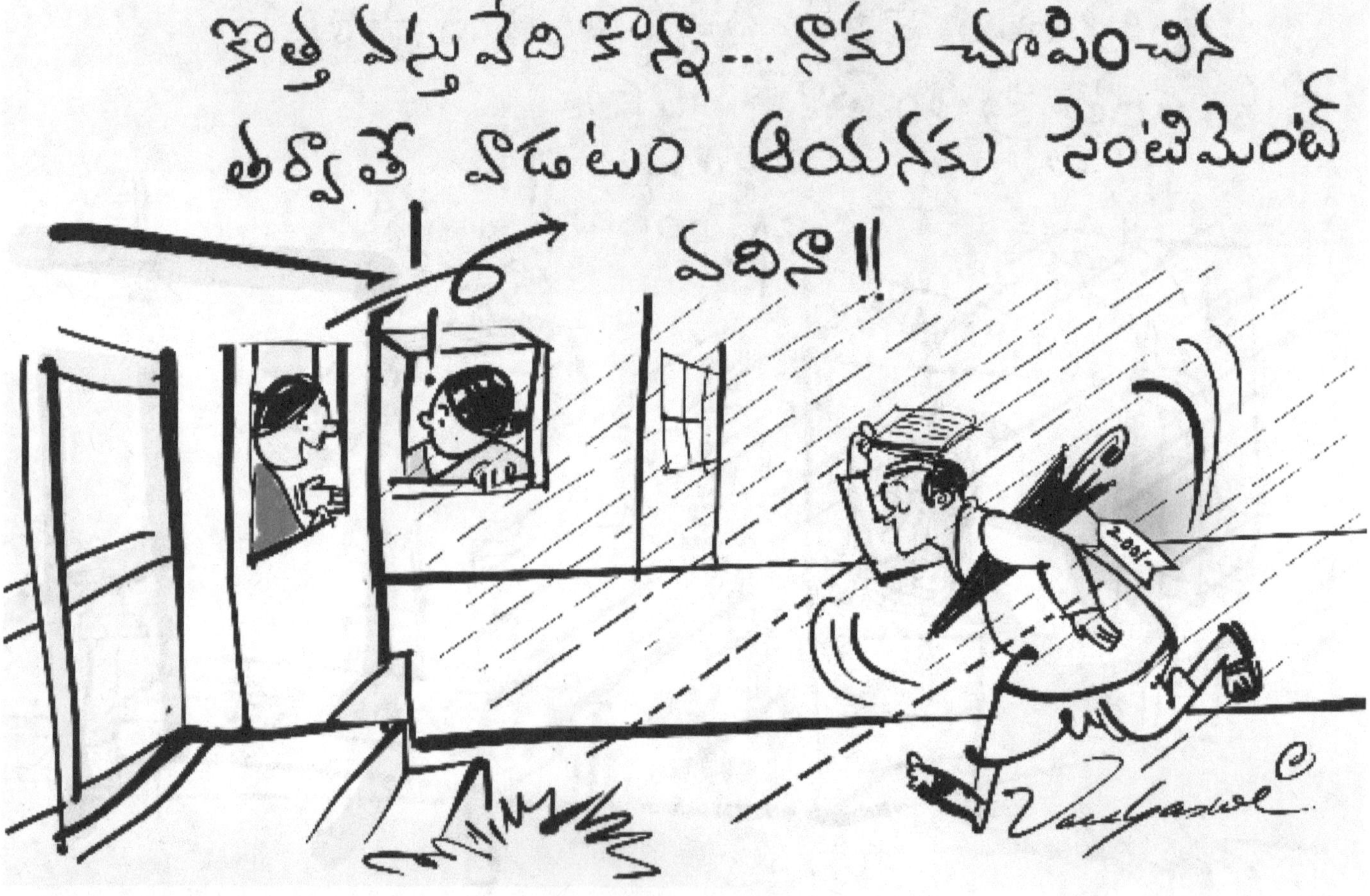

పొంగల్ కి కూడా లీవ్ కావాలి ...
అంతేగా? సరే!! ఇలా ...
మరి పొంగలి తినిపించేను!!
MANAGER

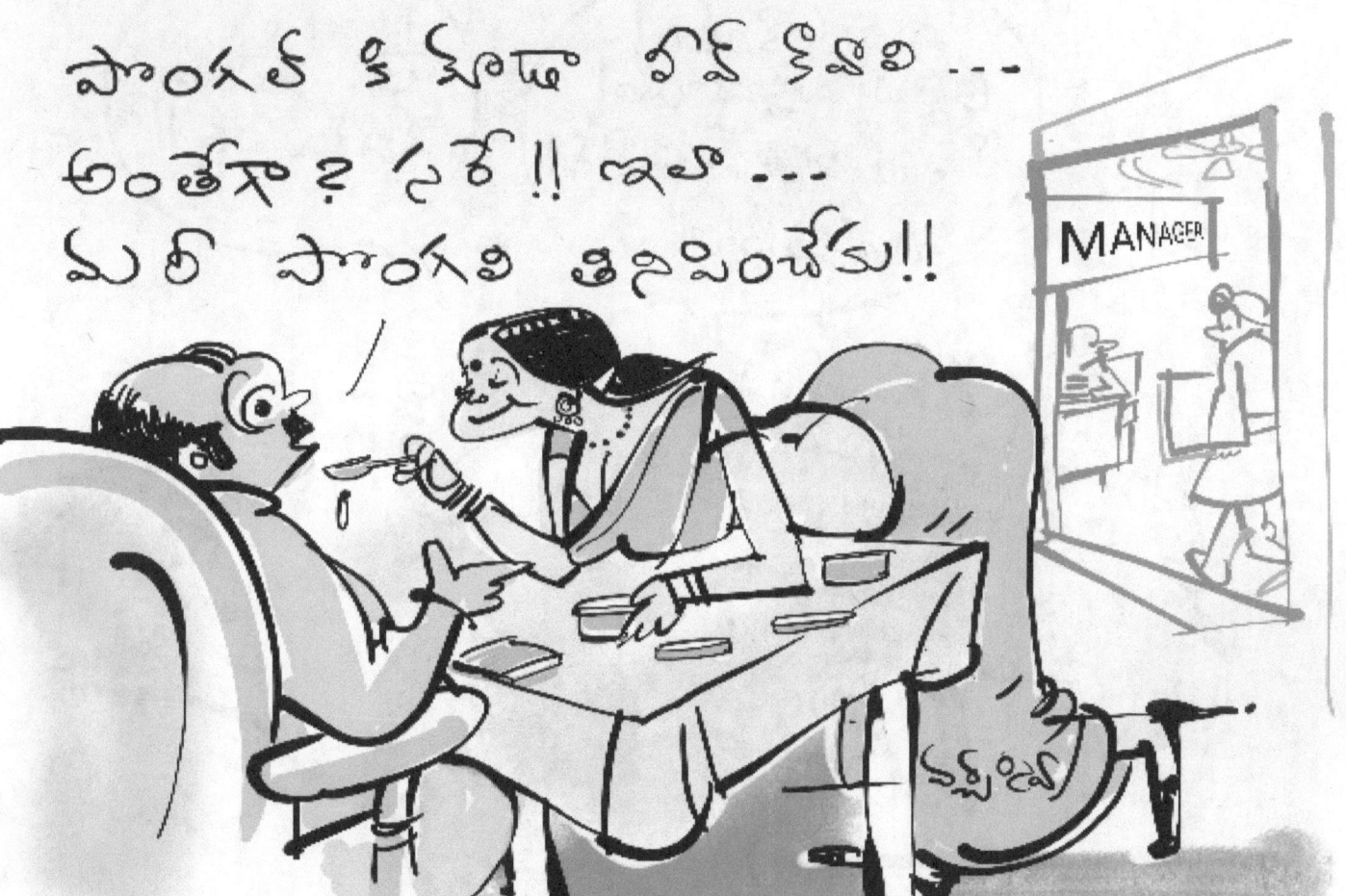

ఇదిగో కాంతం! అద్దాలు మర్చిపోయా! కాసేపు ఇద్దూ... హెడ్‌లైన్స్ చూసుకుంటా!!
ఊ... ఊ... నే నిటుపక్క!!

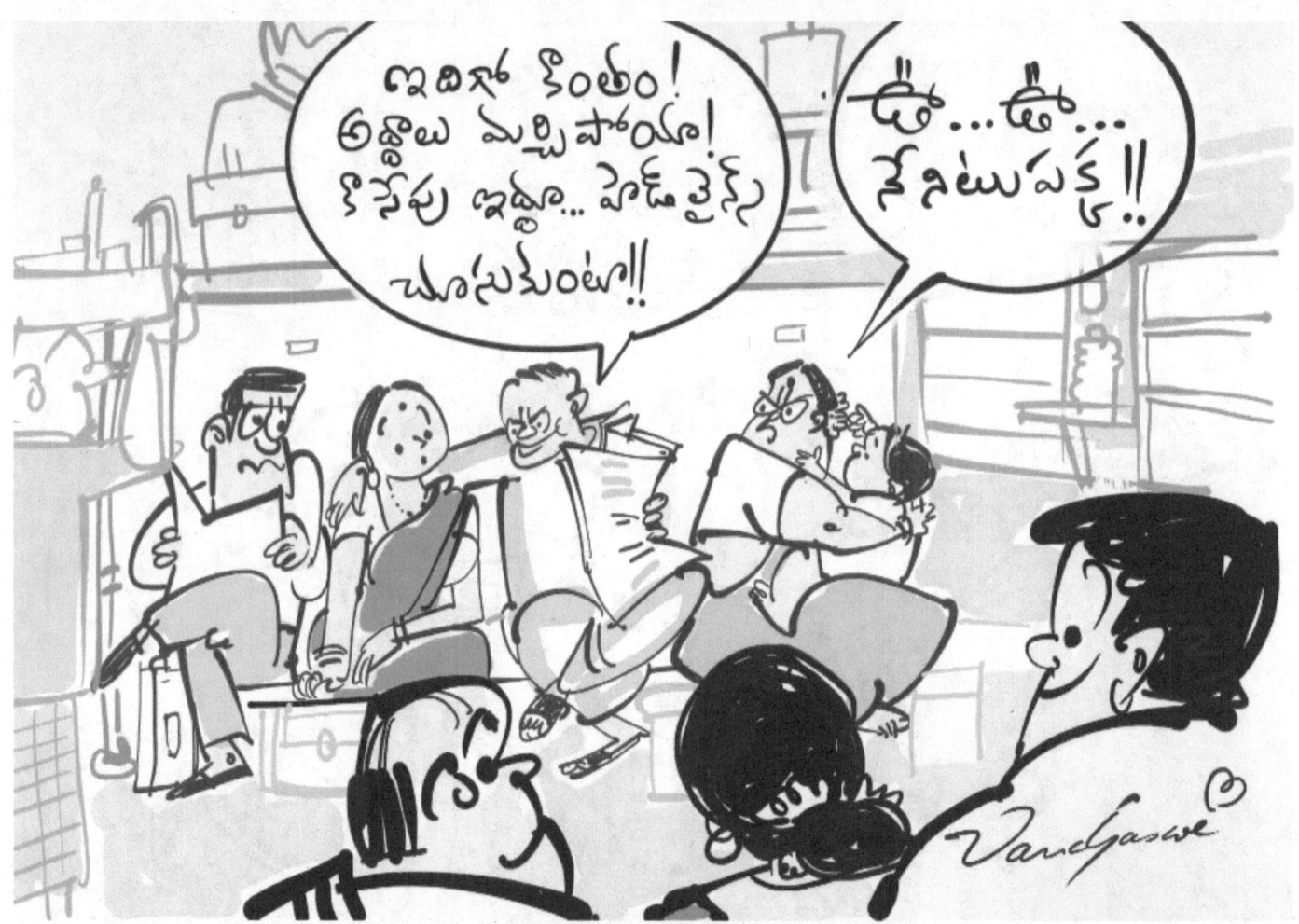

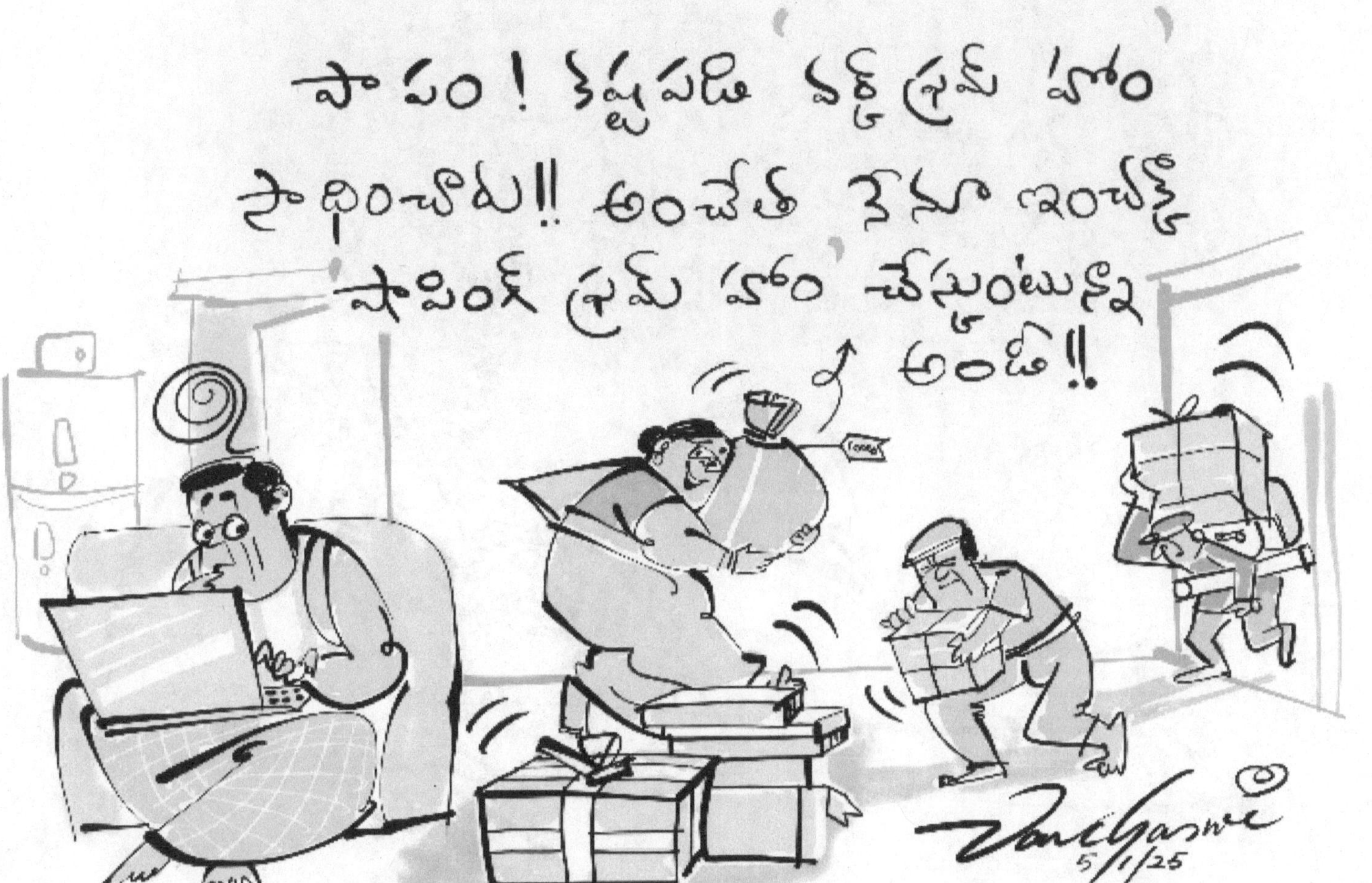

పాపం! కష్టపడి 'వర్క్ ఫ్రమ్ హోం'
సాధించారు!! అంచేత నేనూ ఇంచక్కా
'షాపింగ్ ఫ్రమ్ హోం' చేస్తుంటున్నా
అండీ!!
5/1/25

లడ్డూ కదా అని లైట్ తీసుకుంటే
అడ్డంగా నరికేస్తా...!!
ఎలా ఉందండీ నా డైలాగ్?

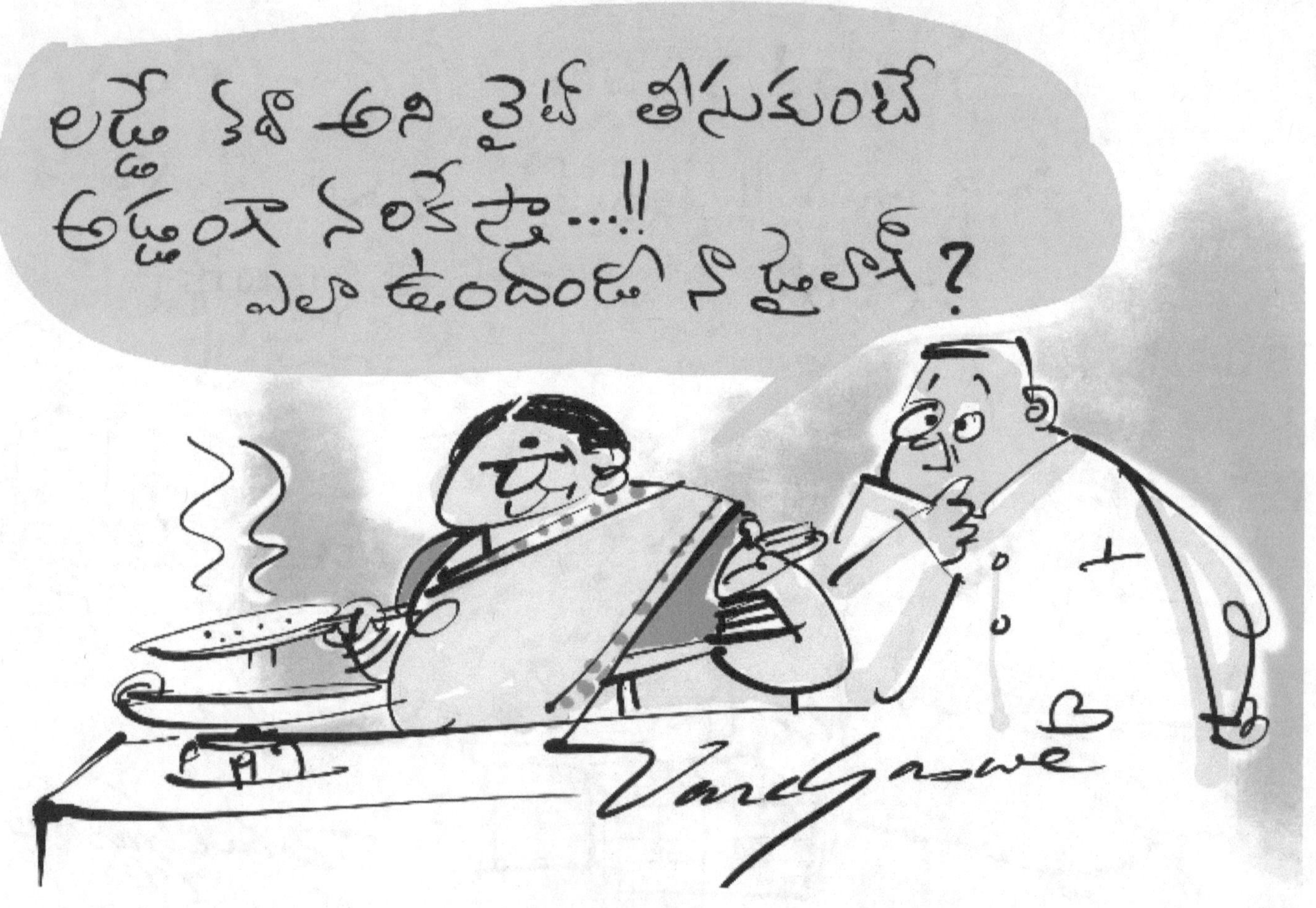

అయ్యయ్యో! దిష్టి తీసి పారేయమంది గుమ్మడి కాయని మేడమ్!

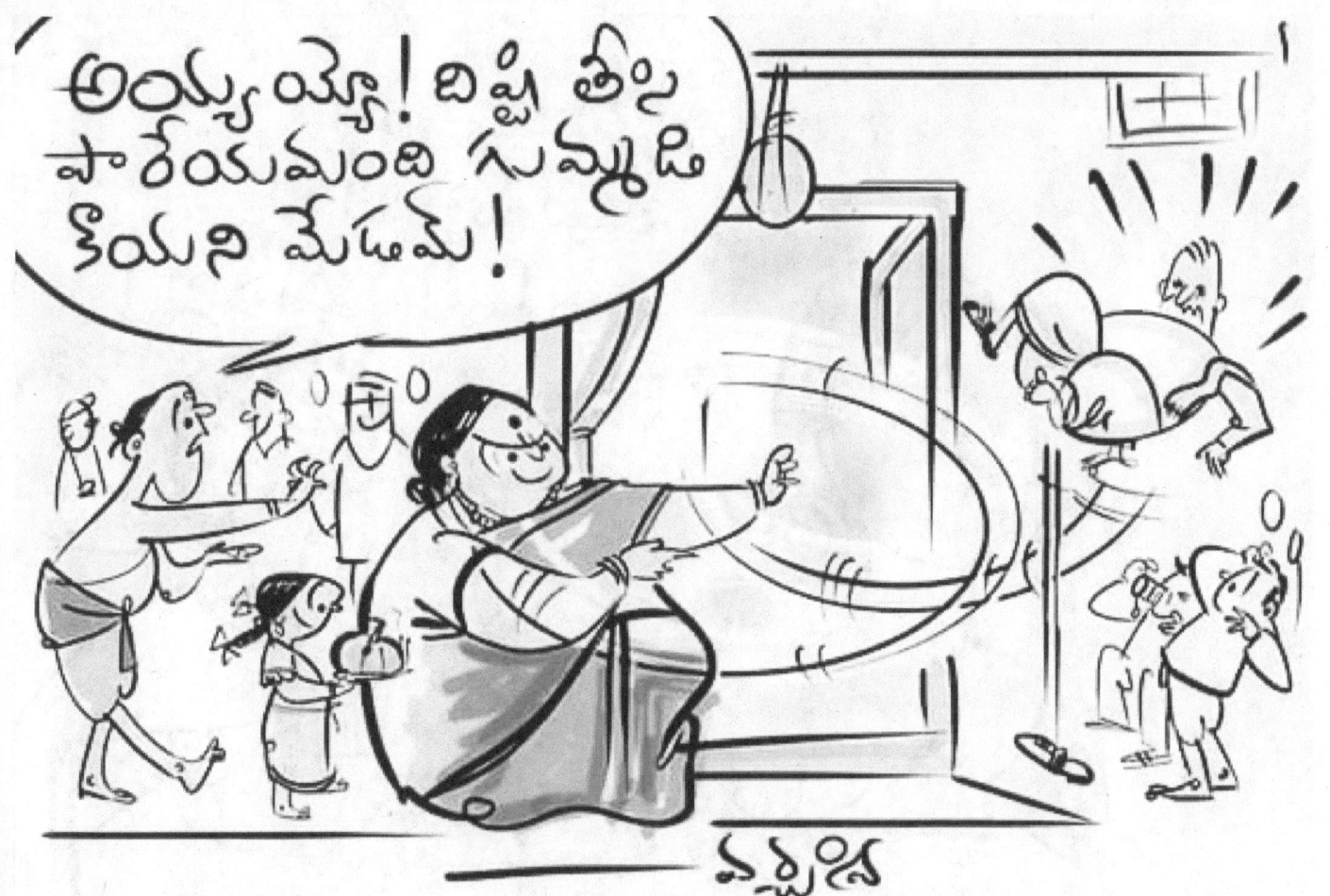

ఉష్! అది
విష్ణుచక్రం కాదు
చింటూ! తప్పమ్మా!

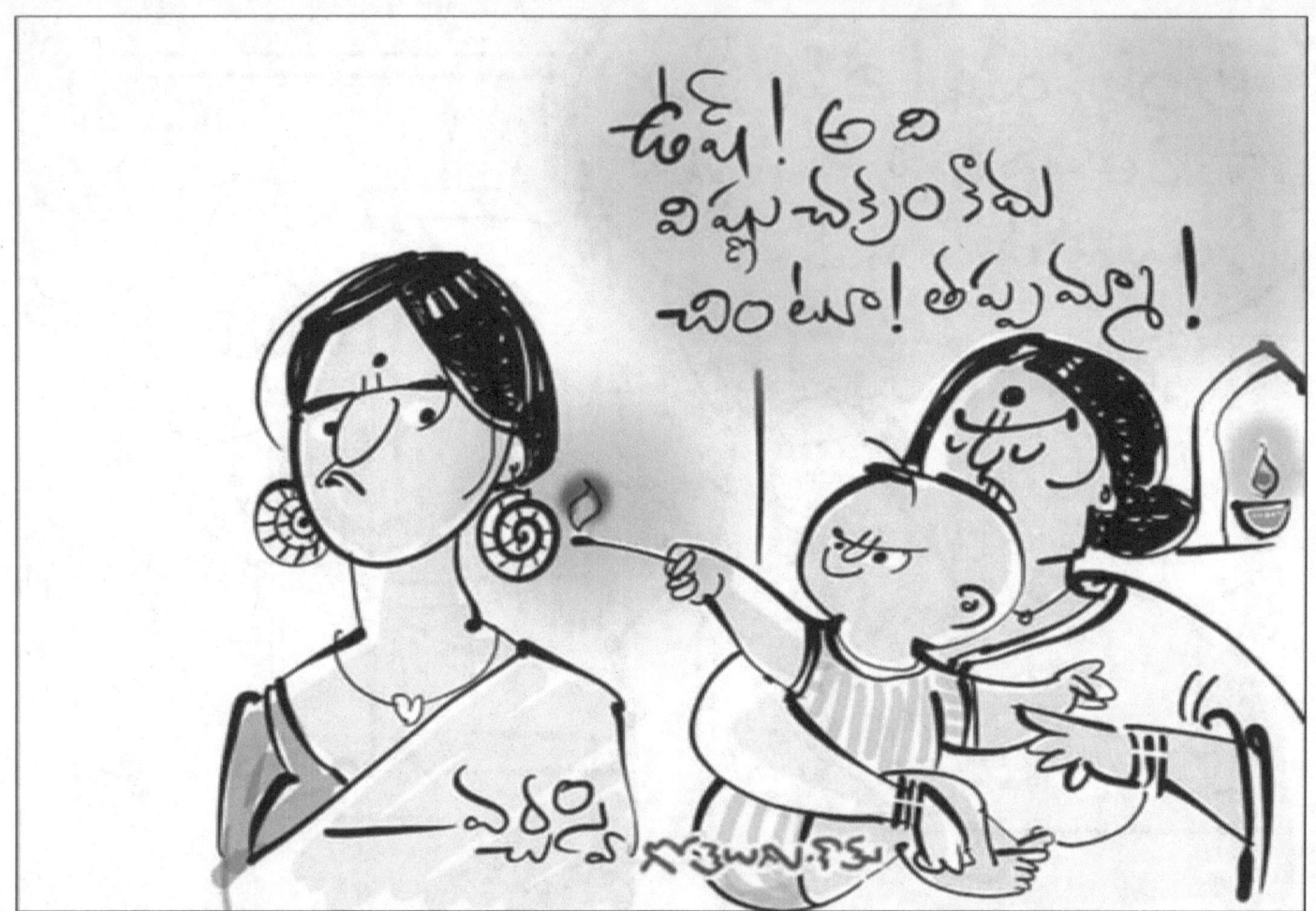

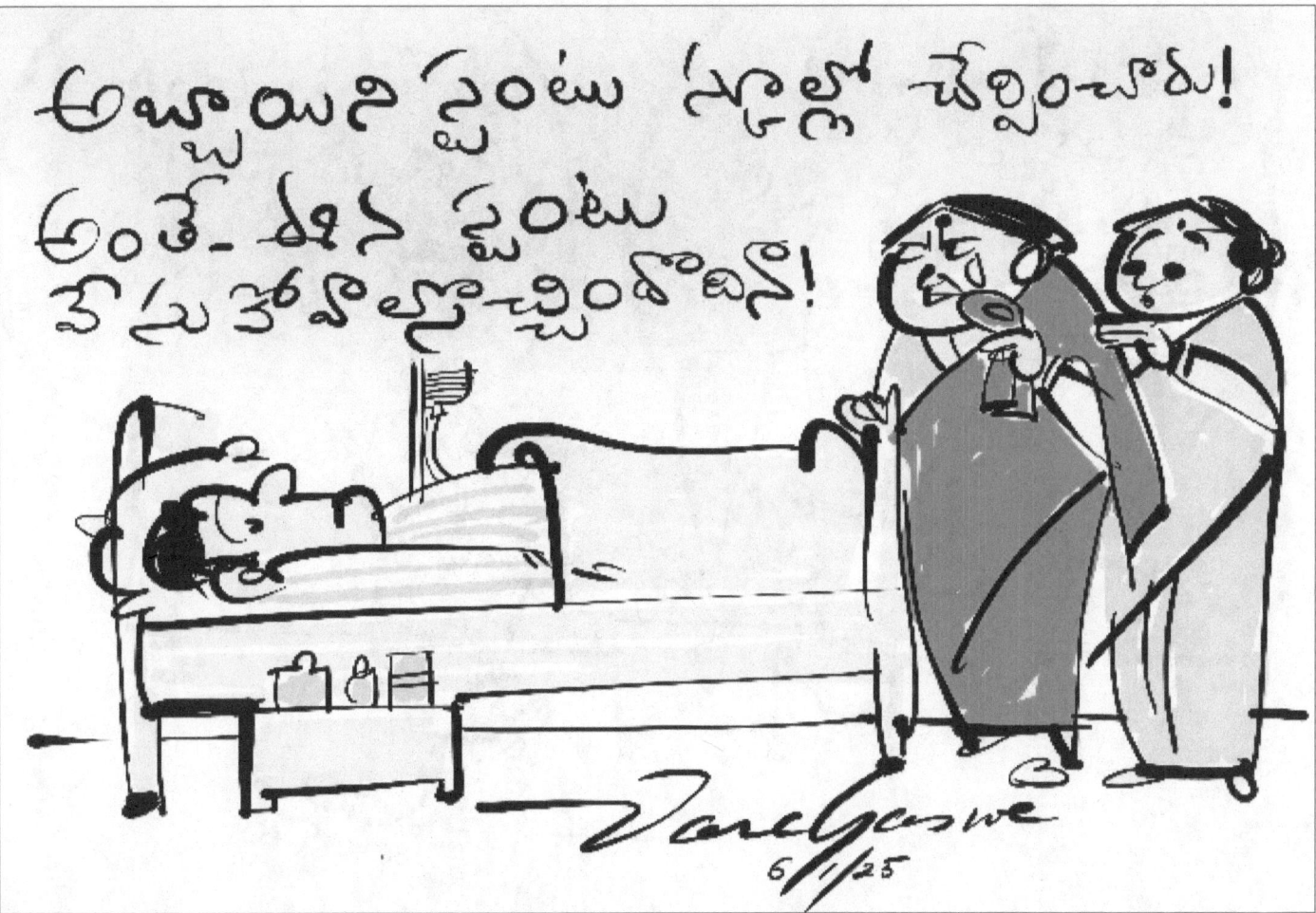

ఏంటే బాబూ? సాసర్ లో కాఫీ బదులు... స్మార్ట్ ఫోన్ పెట్టావ్?
ఇకమీదట అంతా డిజిటల్ పాలనే ఉంటుంది... అన్నారుగా!

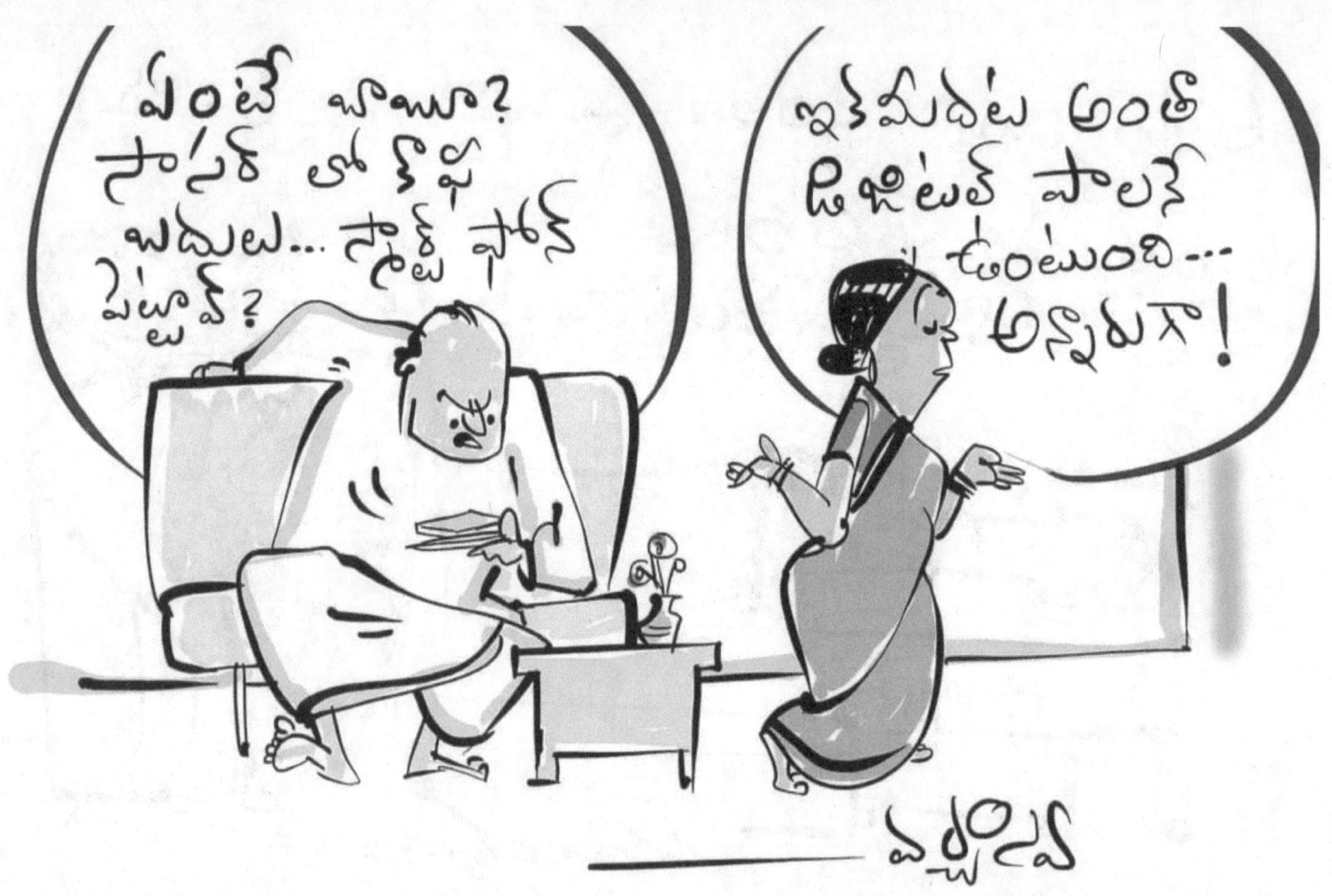

ఏవోయ్ సుబ్రావ్? గ్రహణ మొర్రా?
కాదు....! 'పాణిగ్రహణ' మొర్రి!

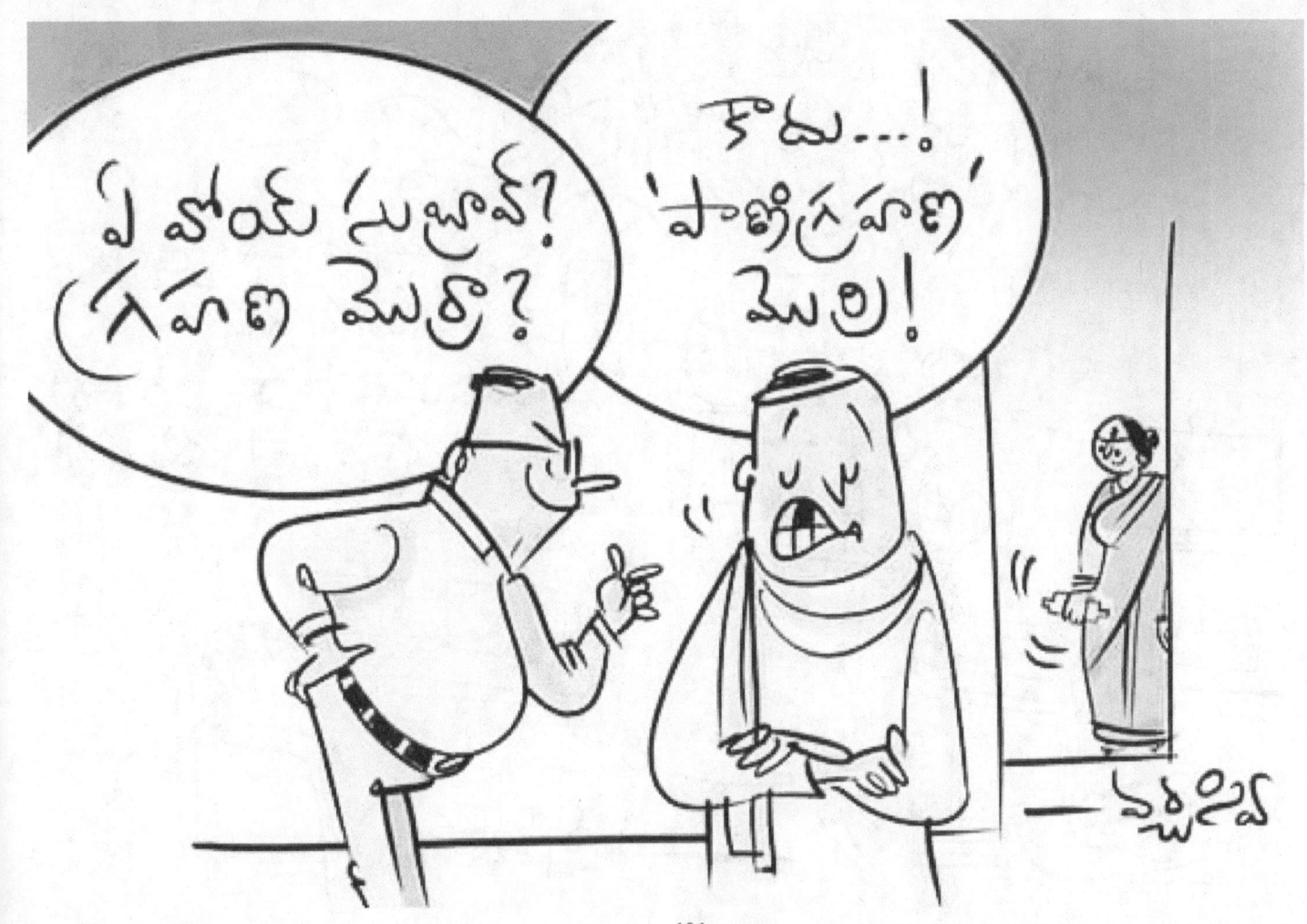

మూషికా! ఏంటీ భూలోకాన చవితి విశేషాలు?
ఈ సారి భక్తులంతా వారి వారి 'పనుల్లోనే' 'నిమజ్జనం' అయ్యారు స్వామీ...!

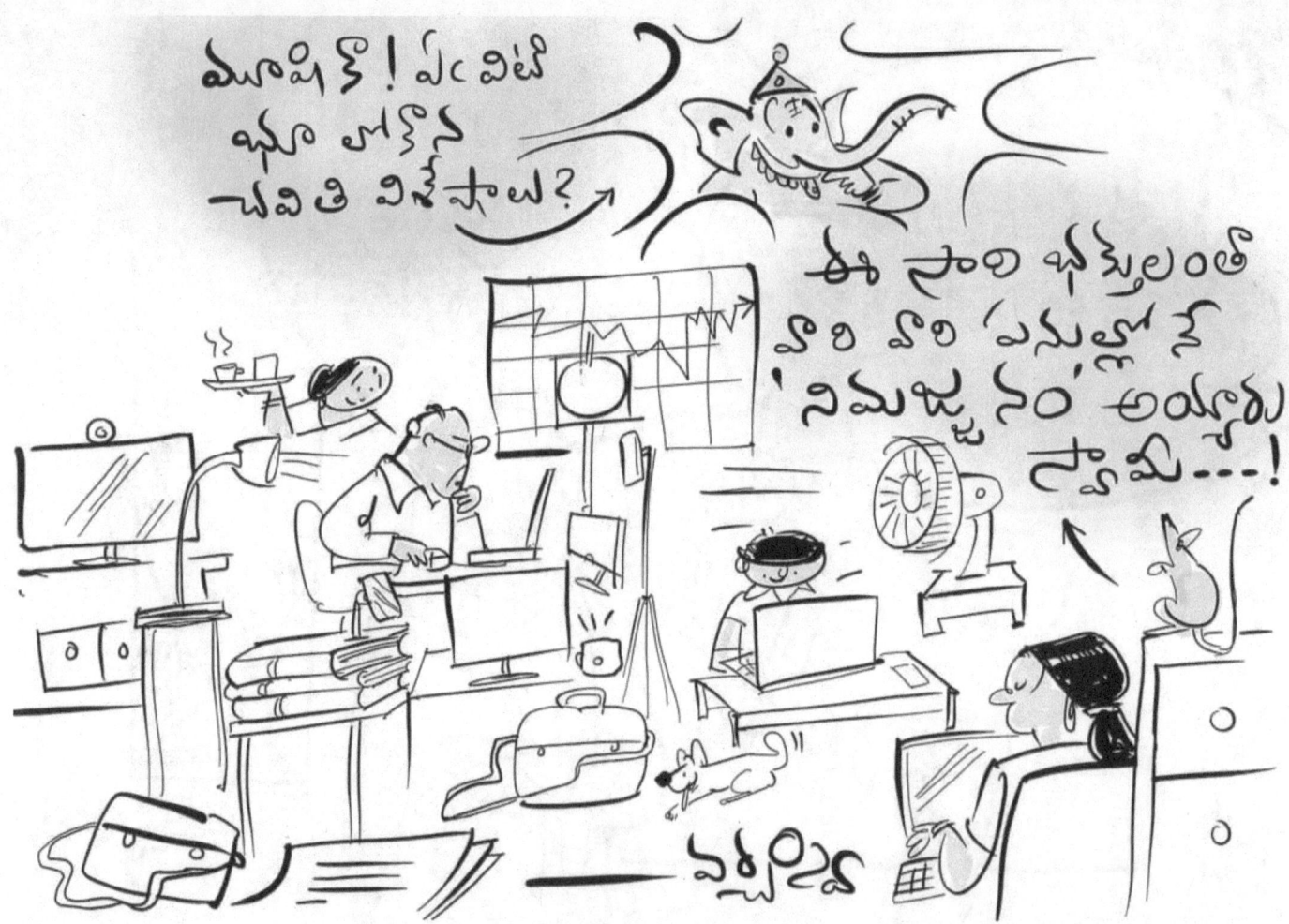

కమ్మ కమ్మని నా
కవితే వినెదరా?
ఇటు పడేయ్!

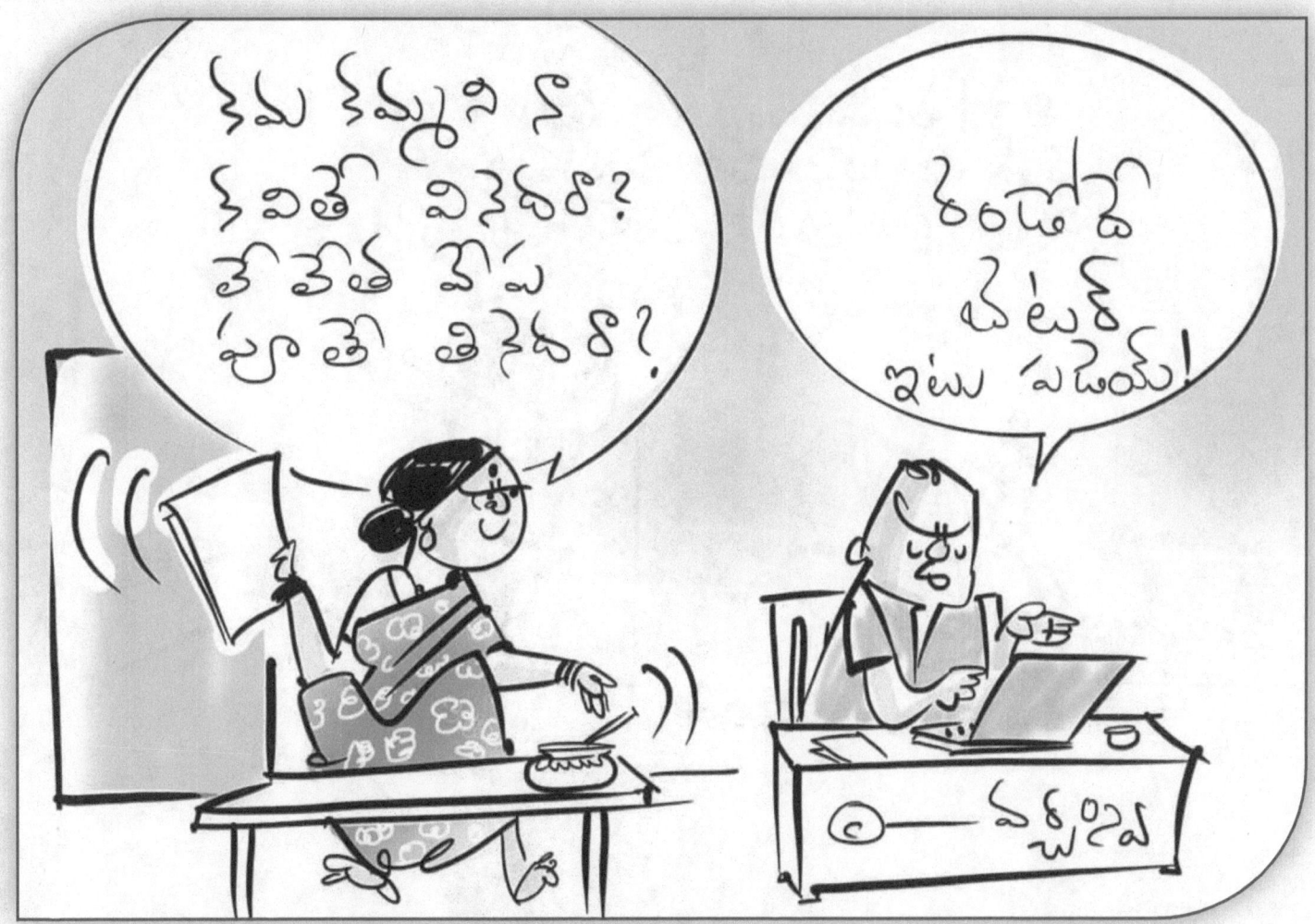

వావ్! ఈ వయసులో అలా మోకాళ్ళ మీద కూర్చుని పని చేయడం చాలా గ్రేట్ అత్తయ్యా! అలాగే ఉండండి! ఒక్క సెల్ఫీ తీసుకుంటా...!
Varchaswi

నా లడ్డూలు ఒక్కొ రెండు తినిపెడితే
రెండ్రోజులు ఎంటు ఫ్రీ...
అనగానే ఎంత సంబరమో
ఈశనగారికి!!
Varchaswi

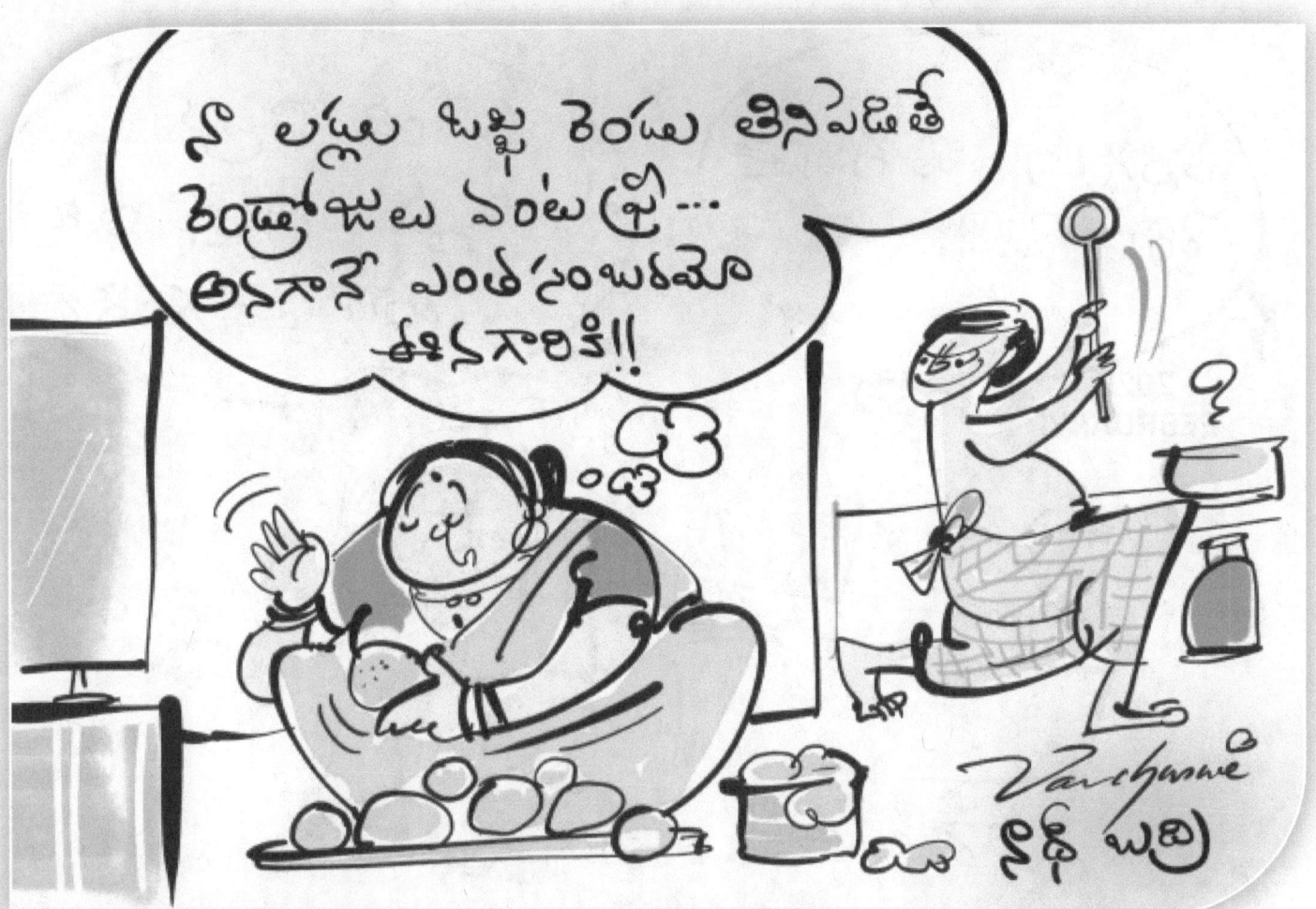

కంగ్రాట్స్! మీ ఆవిడకి రెండో నెల!!
2025 FEBRUARY
అదేంది డాక్టరూ... భూమ్మీద ఎవ్వరికైన ఇది రెండో నెలే గందా?
Varchaswi

డ్రాప్ చేస్తాన్నడు వెధవ!!
ఆఁ!! కల్తీ మందు ఎక్కువై
ఏంటి_ అని నేనే
వొచ్చేశా వసంతా!!

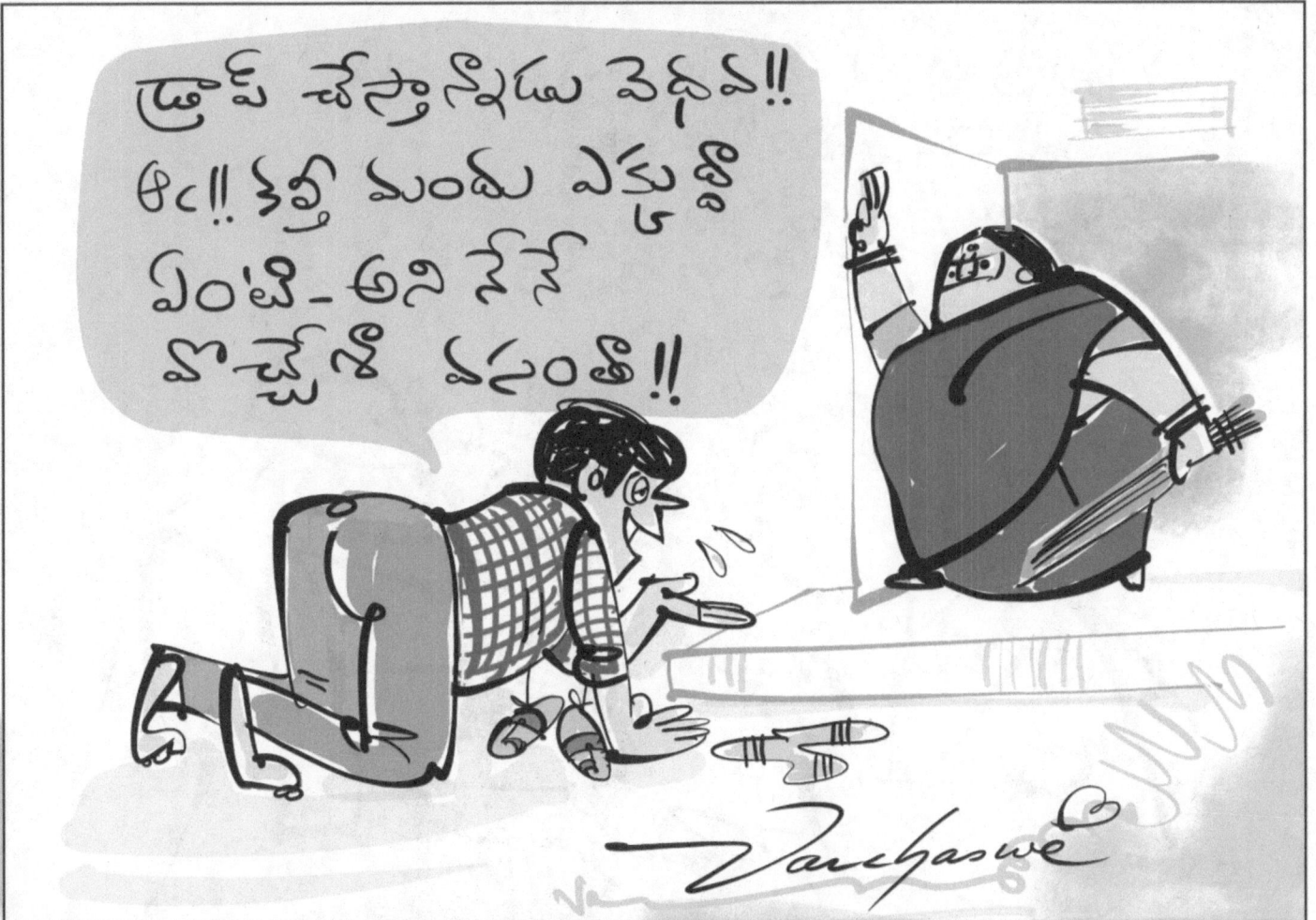

పుష్పాల్లో ఏ పుష్పం బావుందంటే
ఏం చెబుతాం? నాకైతే ఈ
రెండో పుష్పం కన్నా
మొదటి పుష్పమే కొంచెం
నయంగా ఉంది!!
CINEMAS

ఏవయ్యా?
పేపరు పక్కోడిదే చదవాలి... సరే! ఫోనూ పక్కోడిదే చూడాలా...?

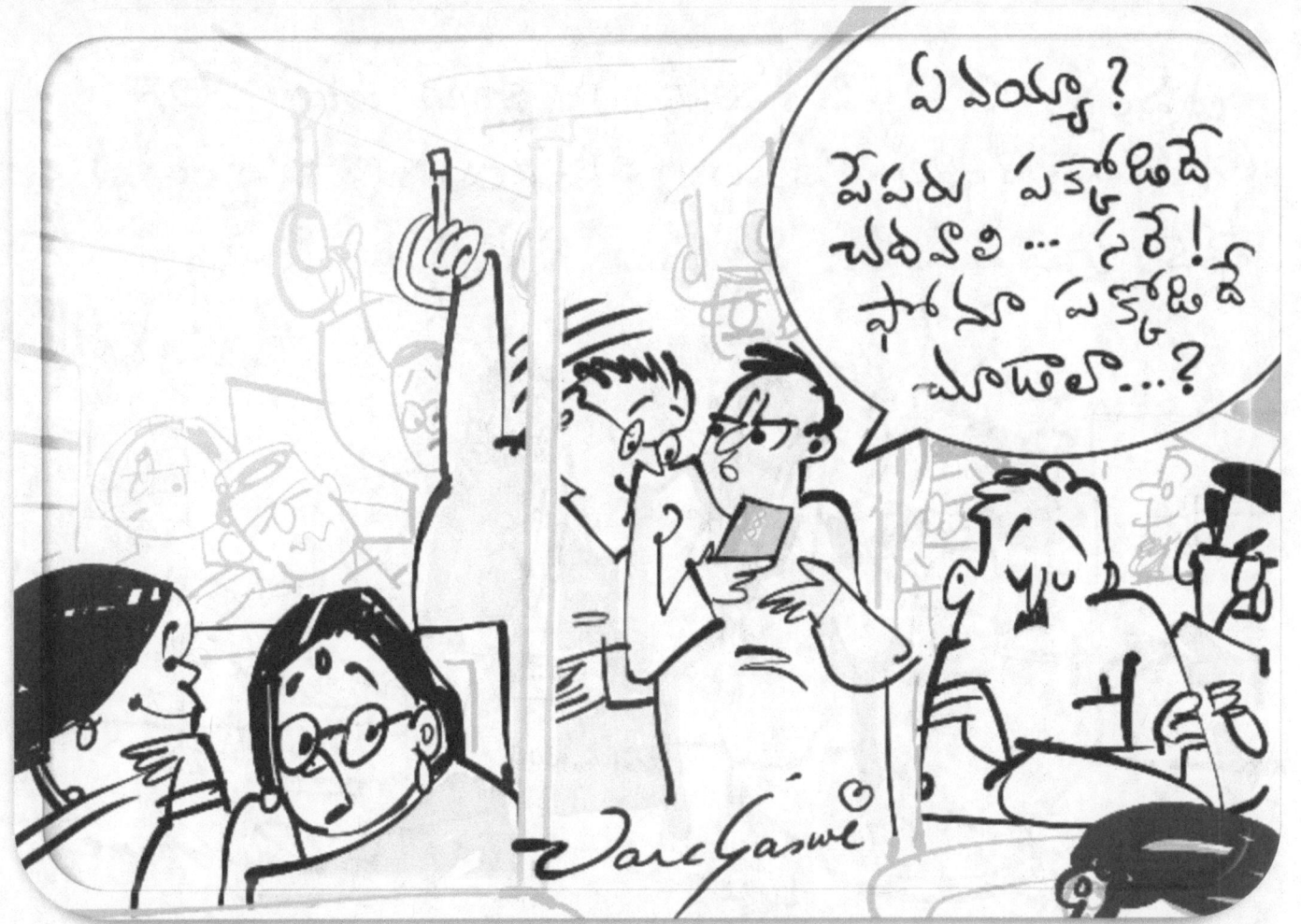

తవఁరు పన్ను పీకేముందు - 'నోరు తెరు' అని
అనడమే ఆఖరు... ఏనయ్యాక మూయమని చెప్పలేదట!
నేనా అనలేను... మ్యాటరు మీరే క్లోజ్ చెయ్యాలి
డాక్టరూ!!

బాగో లేదని రిటర్న్ పెట్టిన చీర ఇదే బాబూ!
పేరంటానికి వెళ్ళి వచ్చి ఇచ్చేస్తా!
కాస్సేపు ఆగి రా బాబూ...!
DELIVERY
మూర్తి రవి

డా॥ వరదా రావ్
MBBS
అల్ప పోషణం... సార్
లో బీపీ ఉందమ్మా
ఈ టెంకాయ మాత్రలిస్తా! వాడి చూడండి!

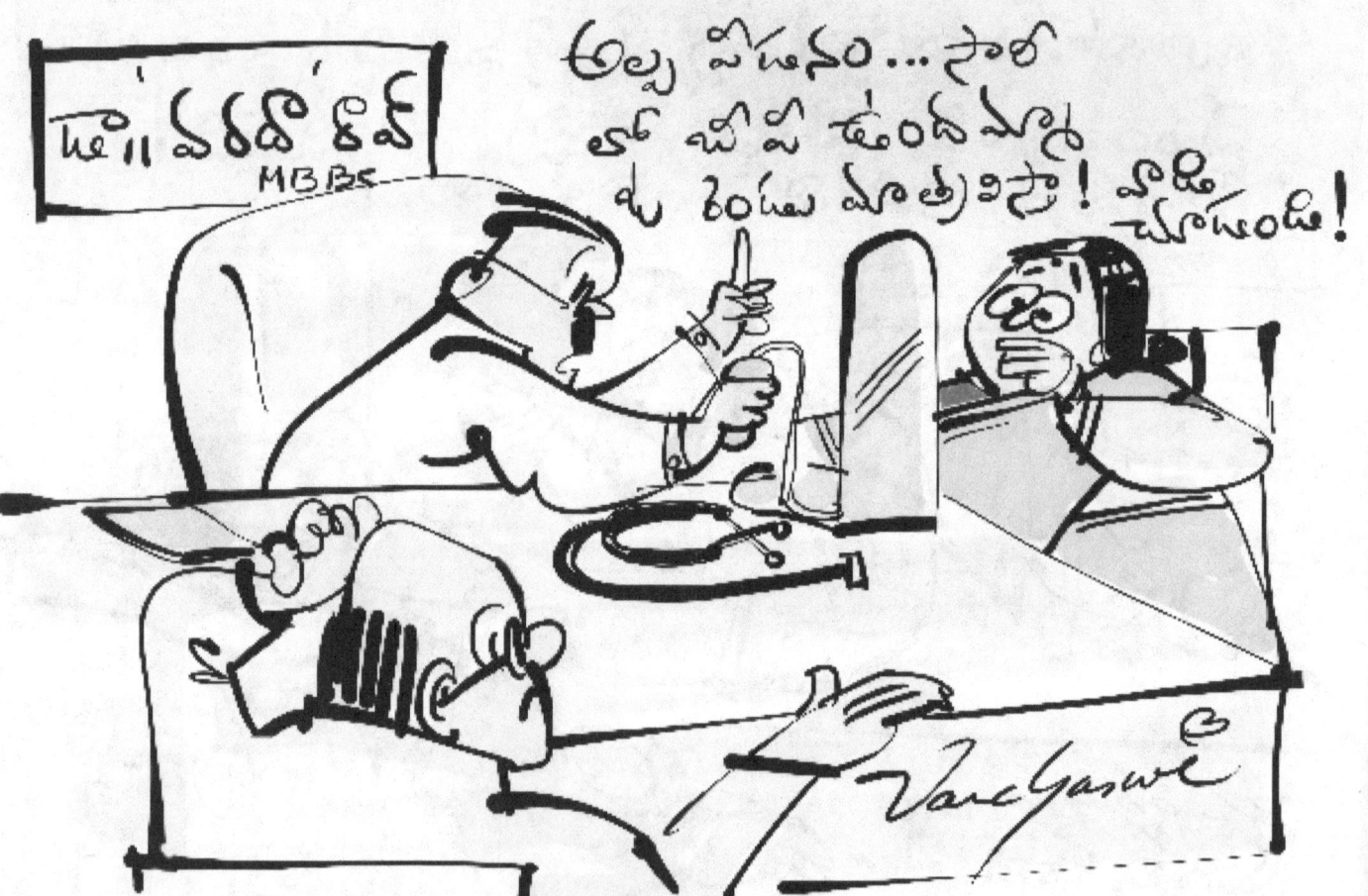

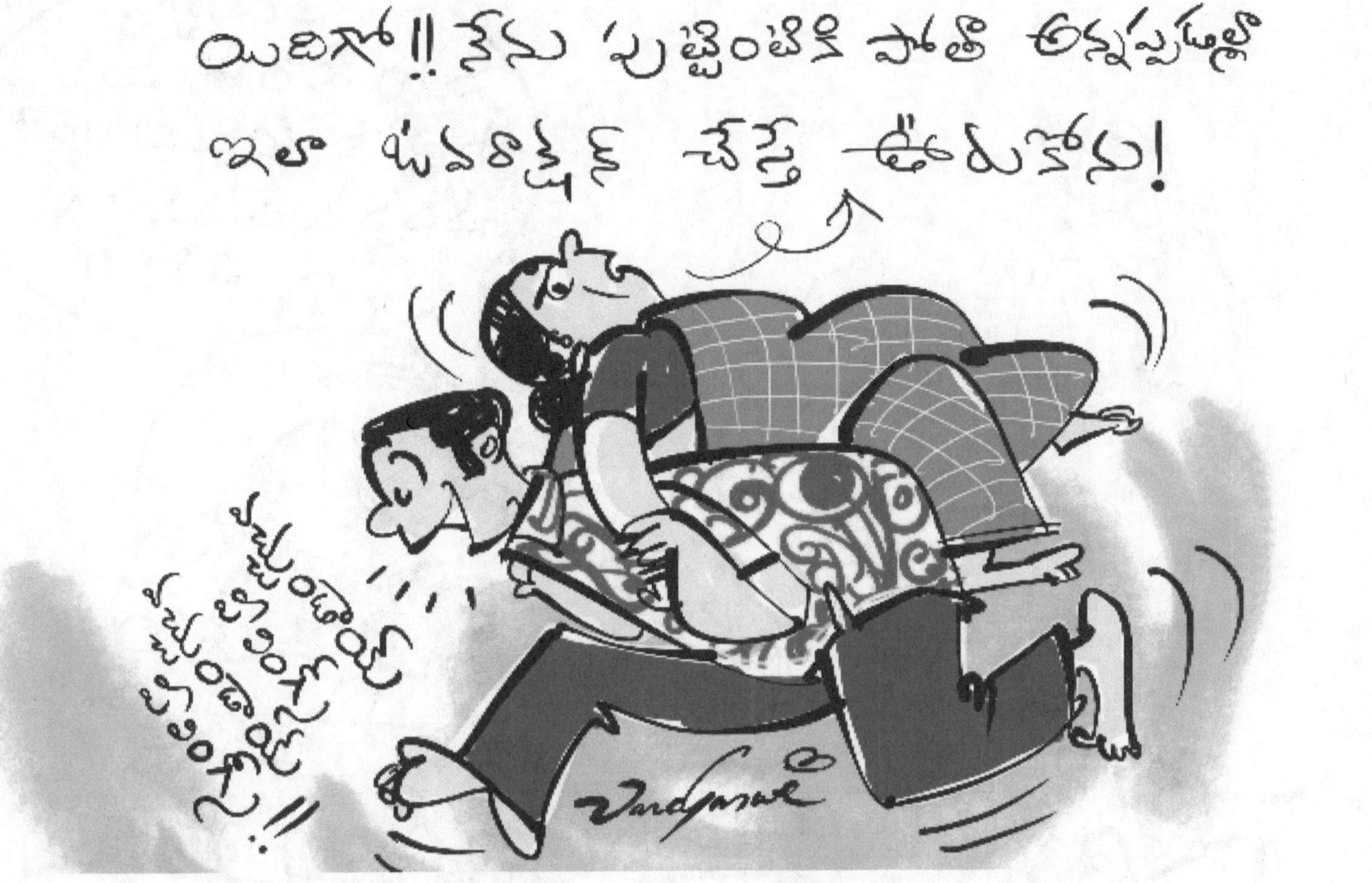

ఇదిగో!! నేను 'పుట్టింటికి పోతా' అన్నప్పుడల్లా
ఇలా ఓవరాక్షన్ చేస్తే ఊరుకోను!

పంచాంగ శ్ర
అయ్యా... మరి కొంత, మన పార్టీకి అనుకూలంగా చదవమంటున్నారు వారు !!

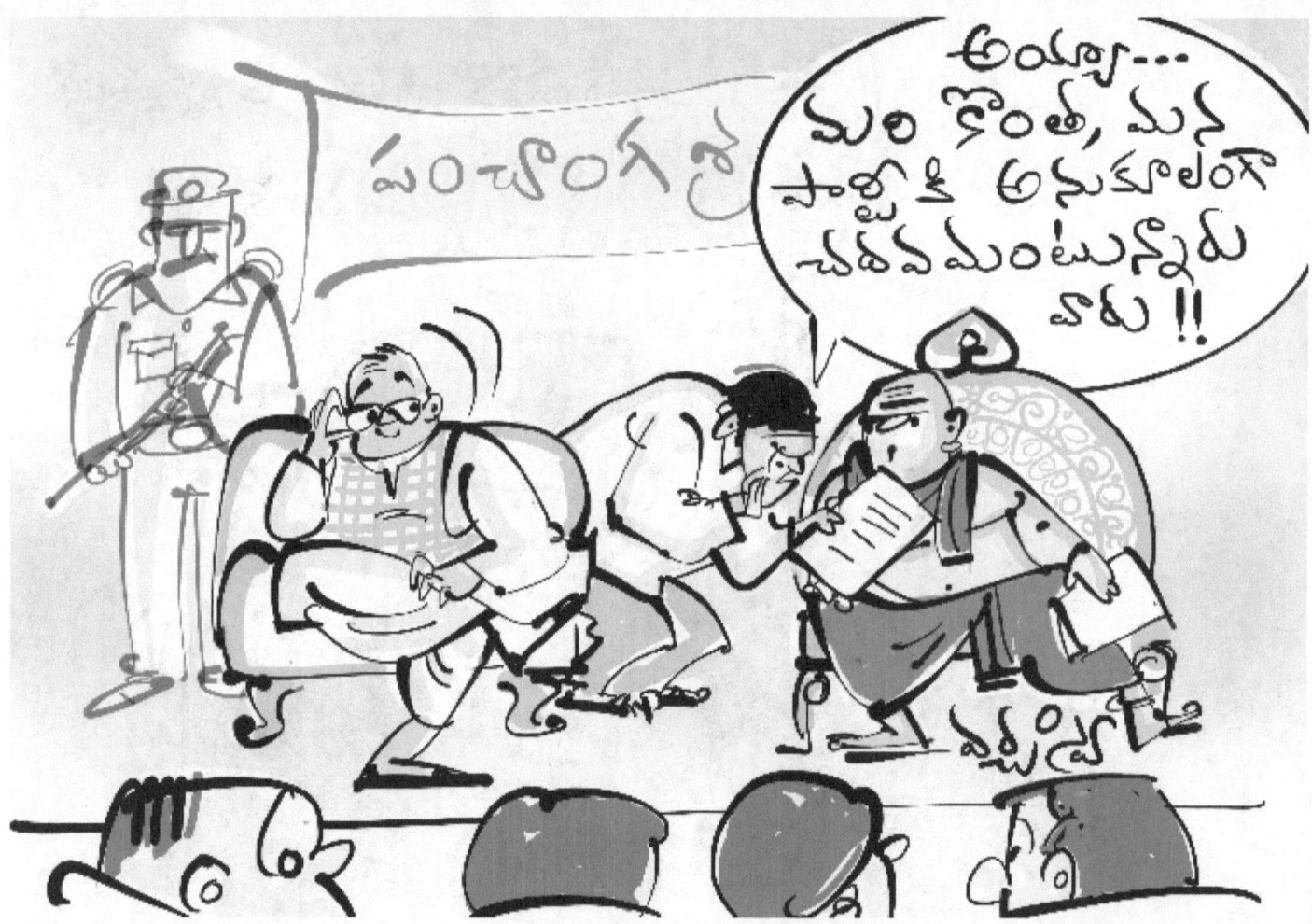

మా నాన్న గారిది నక్కల చెరువు. అమ్మ గారిది అప్ప చెరువు. మేముండేది ఈ మద్దెల చెరువు!
సంతోషం! మేముండేది తీర్థ చెరువు! అబ్బాయి కప్పల చెరువు! అమ్మాయి వాళ్ళు సున్నం చెరువు!
చెరువుల ఆక్రమణలు

'కెమెరా...యాక్షన్' అనగానే ఫట్టు ఫట్టు
థీ పోజు లోకి దిగి పోతావేమయ్యా
హీరో?....కాట్!

అరెరే..! స్వామి వారి ప్రసాదం
ప్రతి ఒక్కరికీ అందుతుందన్నానా?

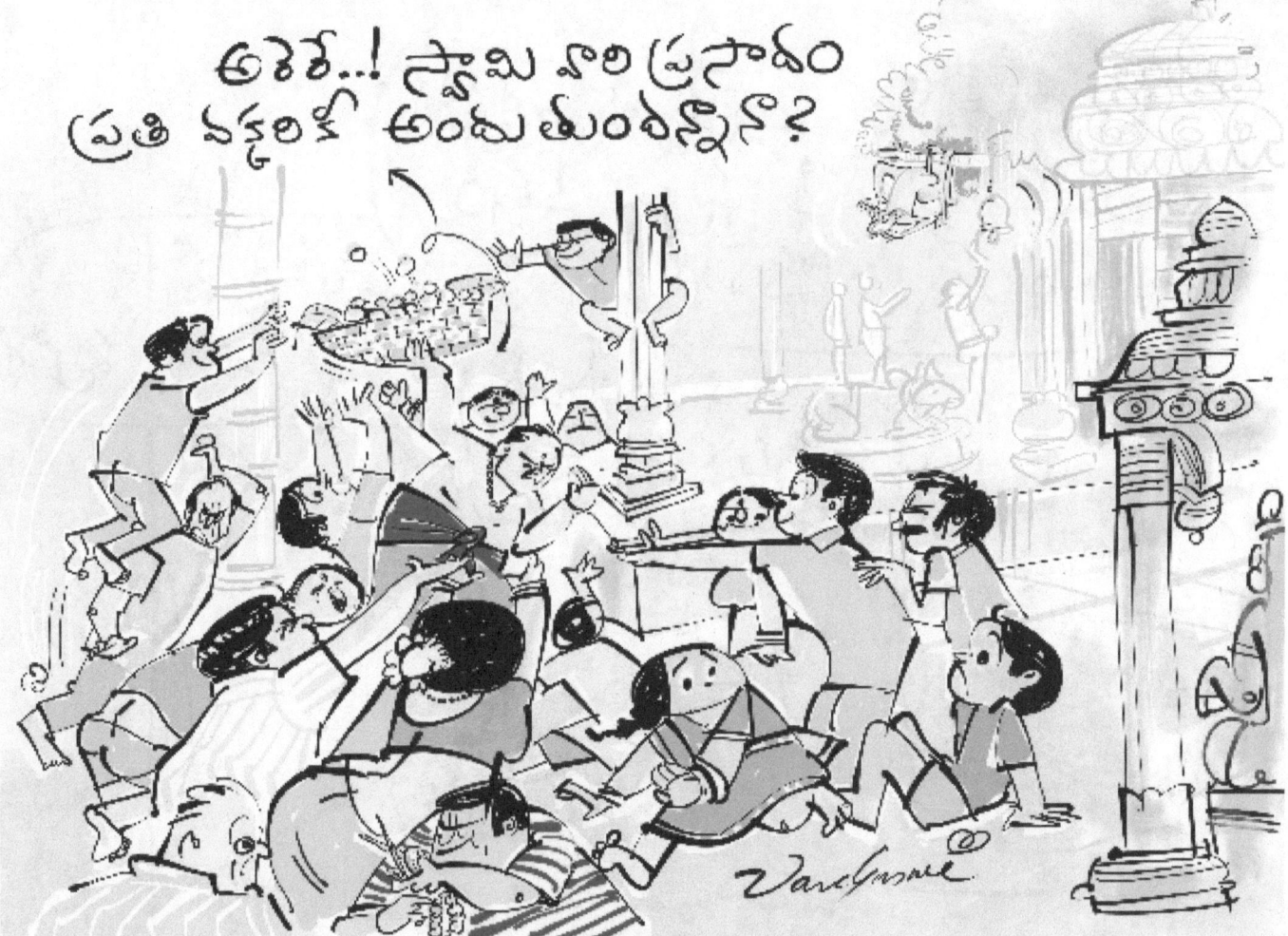

చూడొదినా... ఇన్నేళ్ళొచ్చినా ఈయన దసరాకి పులి వేషం మానరంటే మానరు!!
పోన్లేవే! సంవత్సరానికి ఒక్కసారి 'పులి' అనుకోనిద్దూ!

చందమామ రావే...
పాలబువ్వ
తేవే!!
చిగ్గీ లో
ఆన్లైన
ఆద్దరు
పెత్తమ్మా!
వత్తేత్తుందిగా ?
Varchaswi

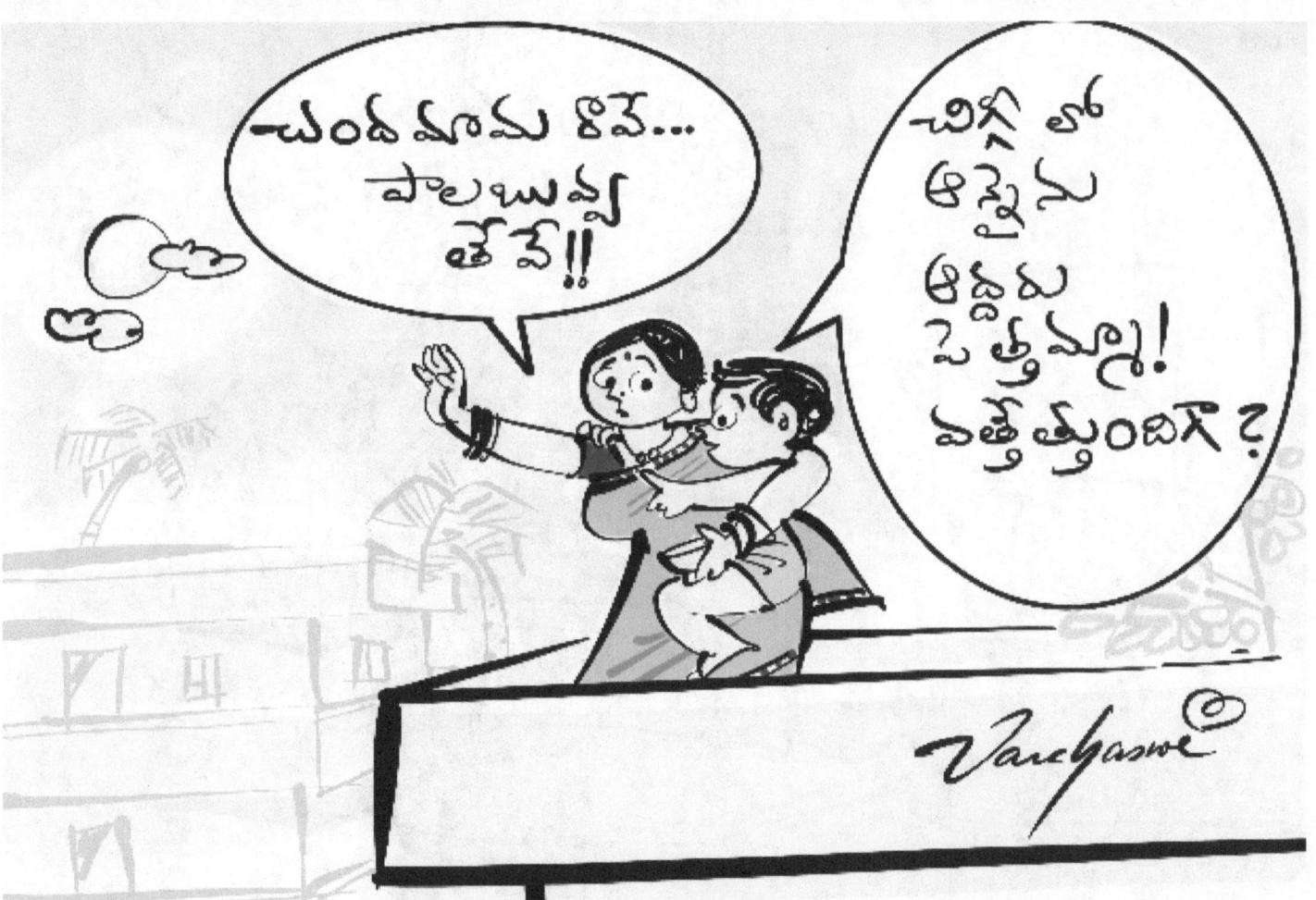

అయ్యో రామ! షుగరు బిళ్ళ
బదులు పొరబాట్లు పాము బిళ్ళ
ఇచ్చినట్లున్నానండీ!!

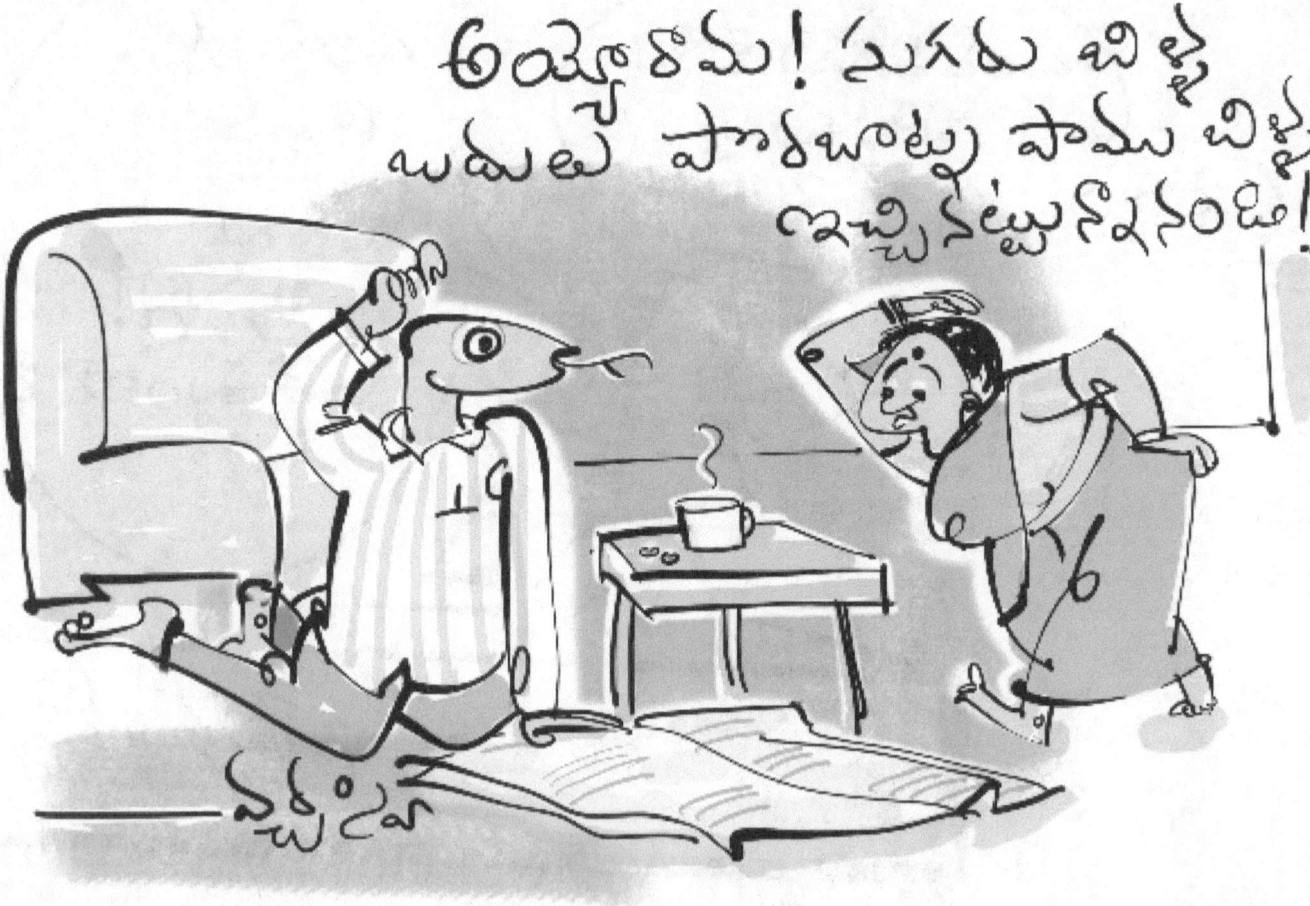

ఆం... నిమజ్జనానికెన్ని సార్... ఒకటి
రెండు చెరువులు ఉంచేసి, మిగిలినవన్నీ
బిల్డర్స్ కీ, రిసార్ట్స్ లాంటి వాటికీ పర్మిట్లు
గ్రాంట్ చేసేశాం సార్!!
HYD
డిసిప్లినరీ కమిటీ

ఆ ఒంట్లూ... ఆ పొట్టా బట్టా
ఉన్నతను కొడుకు... బక్కపల్చటి
వ్యక్తి తండ్రి! జనరేషన్ గ్యాప్!!

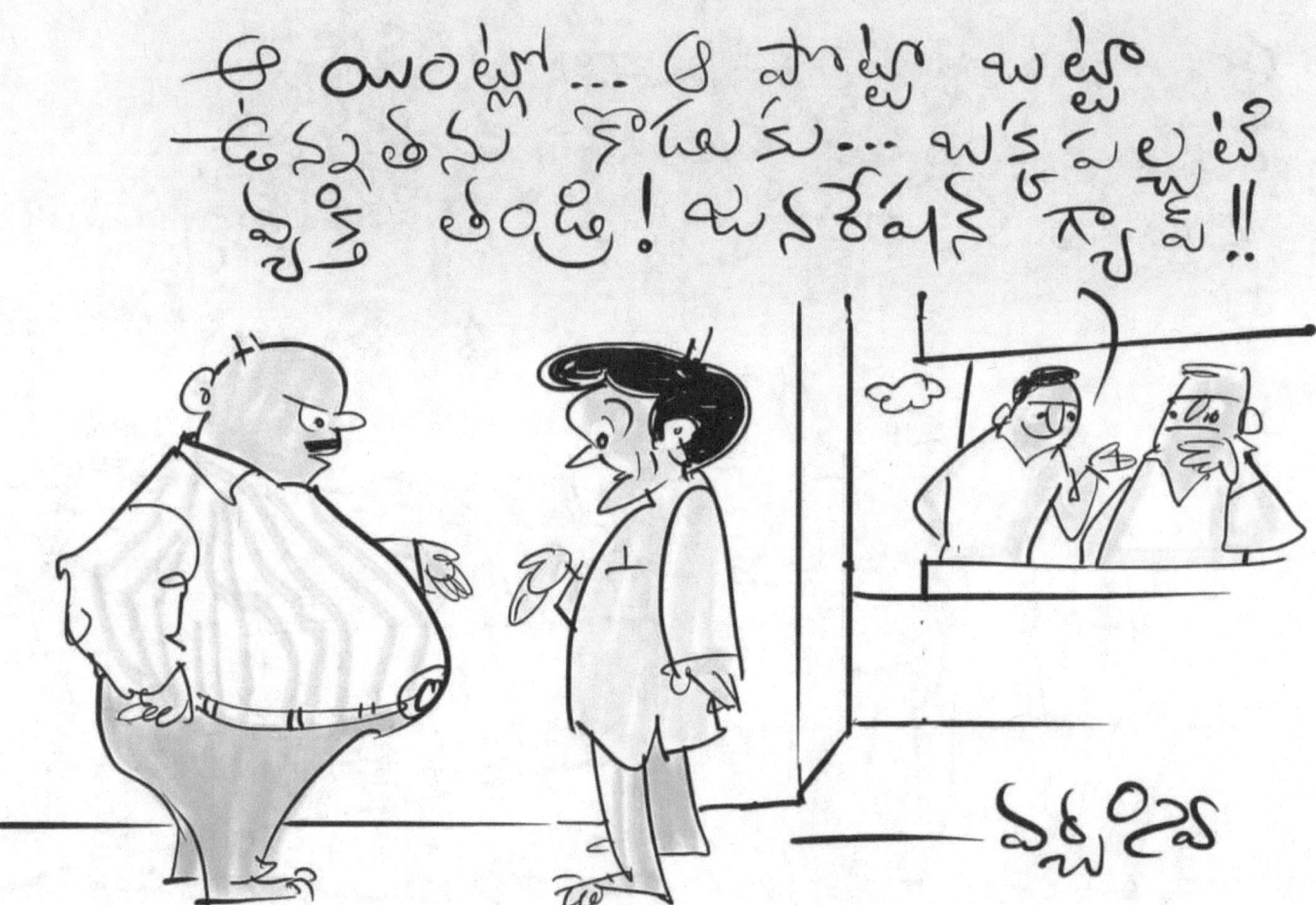

అన్నట్టు... ఒకటంటూ వడ్డిస్తే రెండోది తప్పక వడ్డించడం... మీ వదిన తరపు వారి ఆచారంట!

వచ్చేస్తా

వచ్చే ఎన్నికల్లోనూ మమ్మల్ని గెలిపిస్తే...
అన్ని గ్రహాల్లోనూ పేదలకు పక్కా ఇళ్ళు
నిర్మించి ఇస్తామని వాగ్దానం చేస్తున్నాం!!
24 గ్రహాల్లో
జీవ రాశి
ఉందన్న

ఇద్దరూ కాపీ కొట్టి కంటెంట్ అంతా ఊడ్చేస్తున్నారు!
ఈళ్ళ ఇల్లు ఊడ్చిపెట్టేసెయ్యడానికి
ఇదే మంచి సమయం!!
శ్రీహంసిని

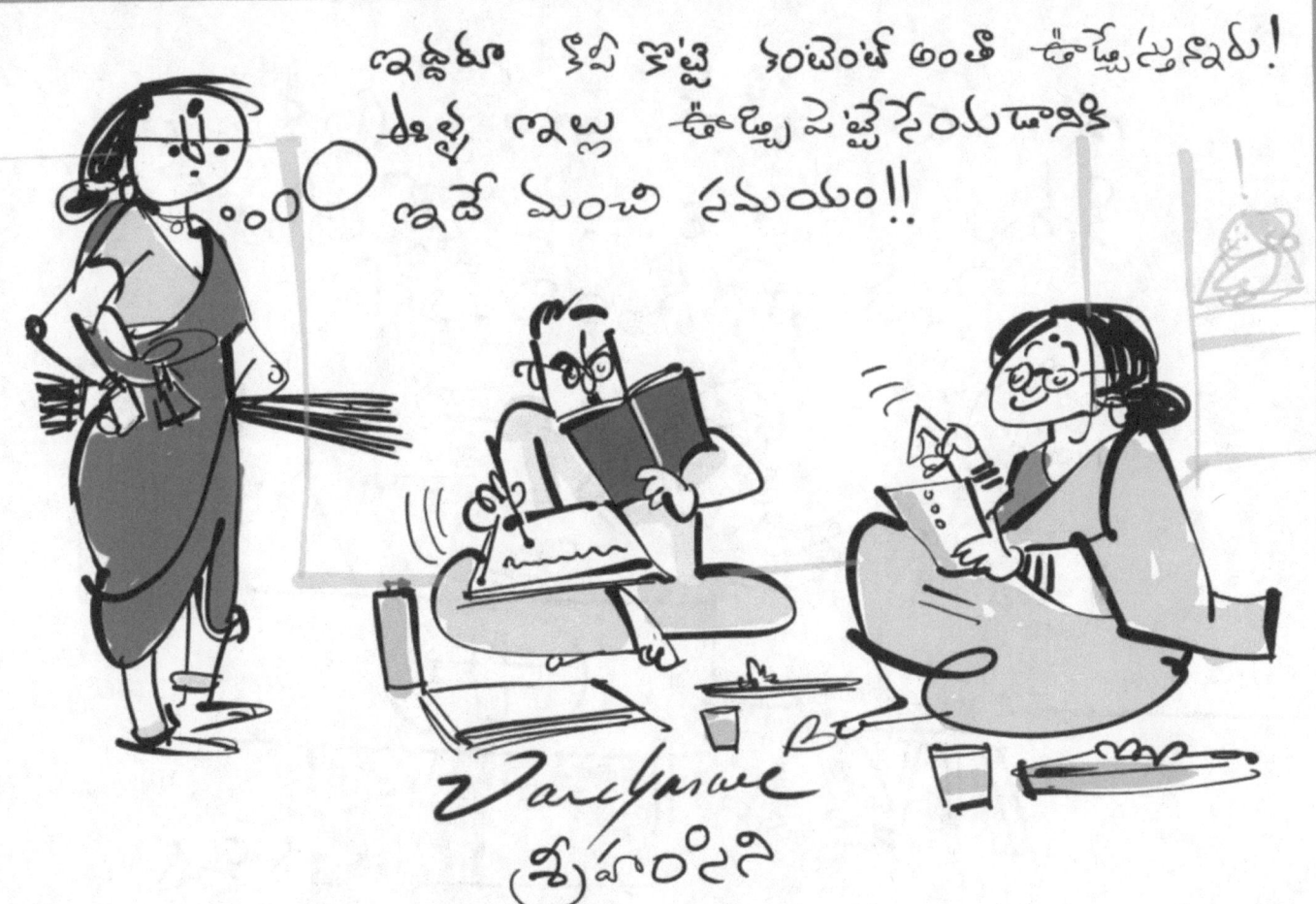

గుండె 'ఝుల్-ఝుల్' అనటం కాదు డాక్టర్...! జేబీలో సెల్ ఫోనుంది...!

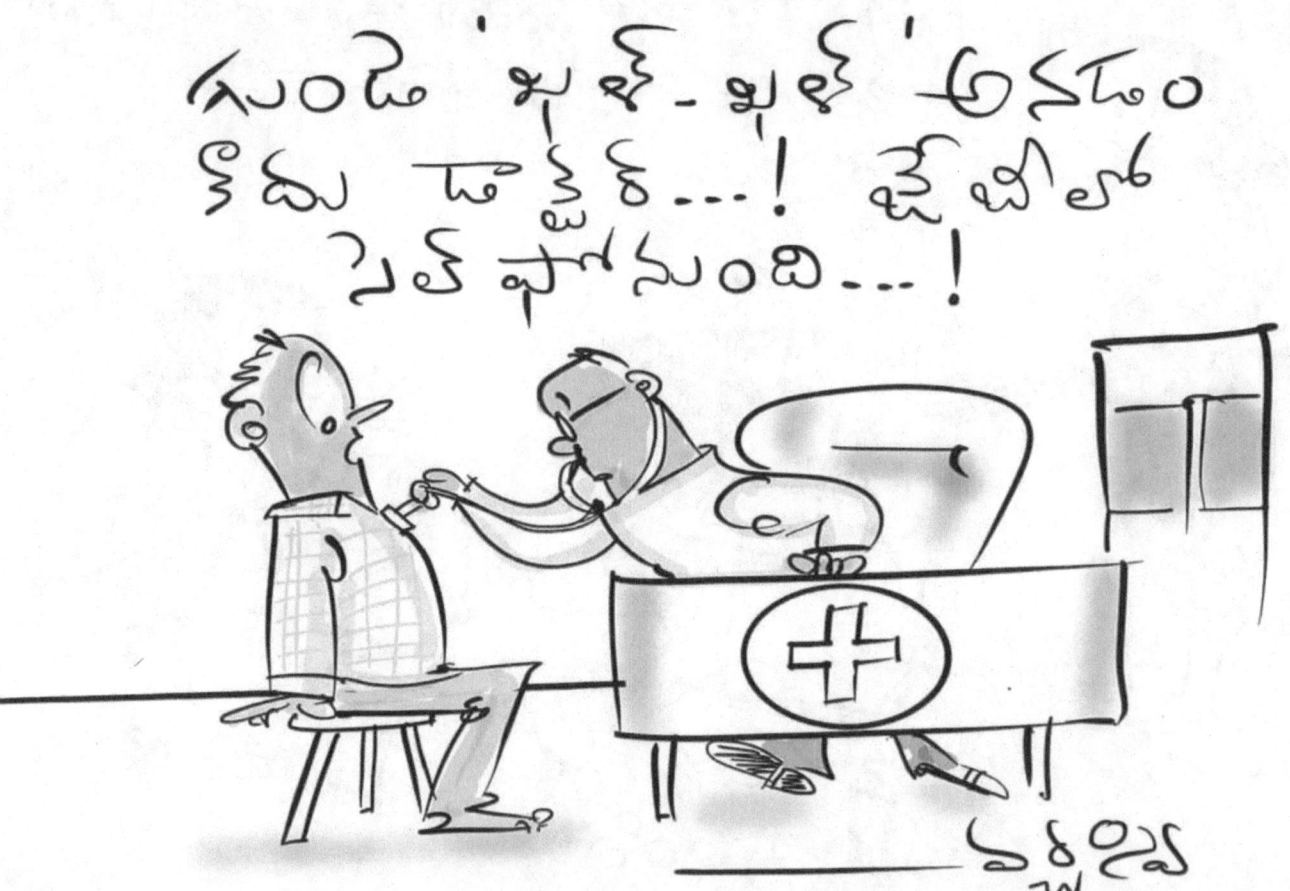

హైలైట్స్ పెట్టుమంది క్రికెట్ కే బాబూ!
నీ సీరియల్ హైలైట్స్ ప్రతీ బ్రేక్
కీ ఉండేవేగా?

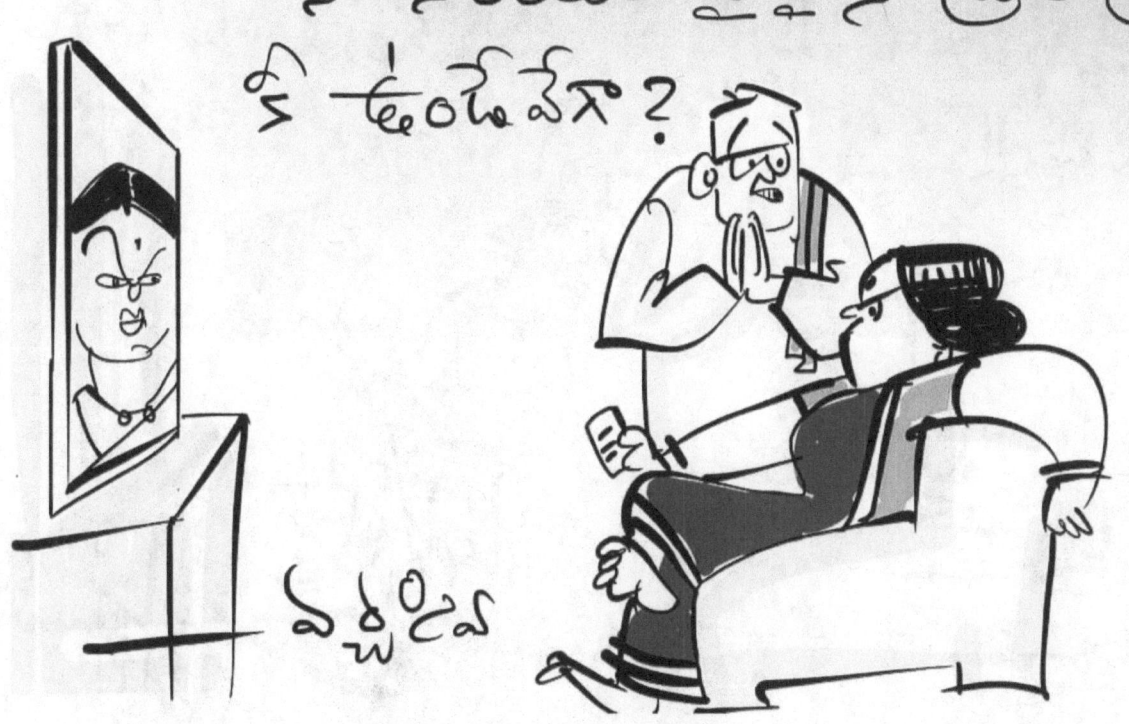

క్యూట్ గా ఉంటారు సార్... మీ దంపతుల 'పరీక్షా ఫలితాలు'...!! కంగ్రాట్స్!!
ఏమనుకోకండి పోతేశ్వర్రావ్ గారూ! 'ప్రేమ ఫలాలు' అని పిల్చేక ఉద్దేశ్యం!!

సార్! మన మెద్దు పూరి షార్ట్ కట్ లో మినిట్టురు అయిపోనాదుంటుగా?
అలాగా! నాక్కూడా బాగా షార్ట్ కట్ చెయ్.....!!
TV
సెలూన్
8 JAN 2025.

త్వరగా కానీవయ్యా బాబూ!! కొద్ది క్షణాల్లో ... దుర్ముహూర్తం వచ్చేస్తుంది!!

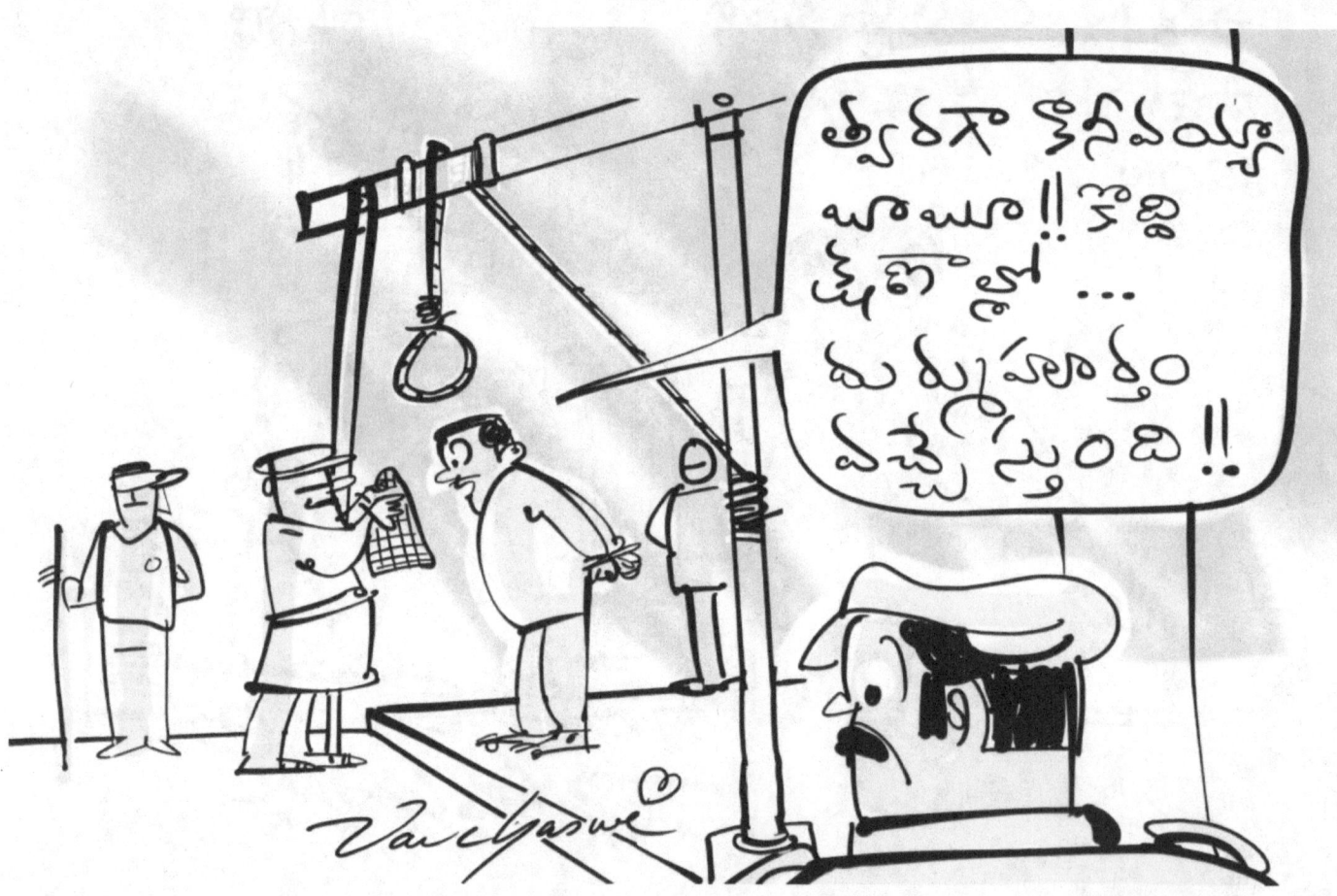

వాయిదాలు వేయటం అంటే ఏంటి నాన్నా?
మరే... ఊహ్... రేపు లేదు... ఊహ్... ఎల్లుండి ఓ తీరిగ్గా చెప్తా నాన్నా!!

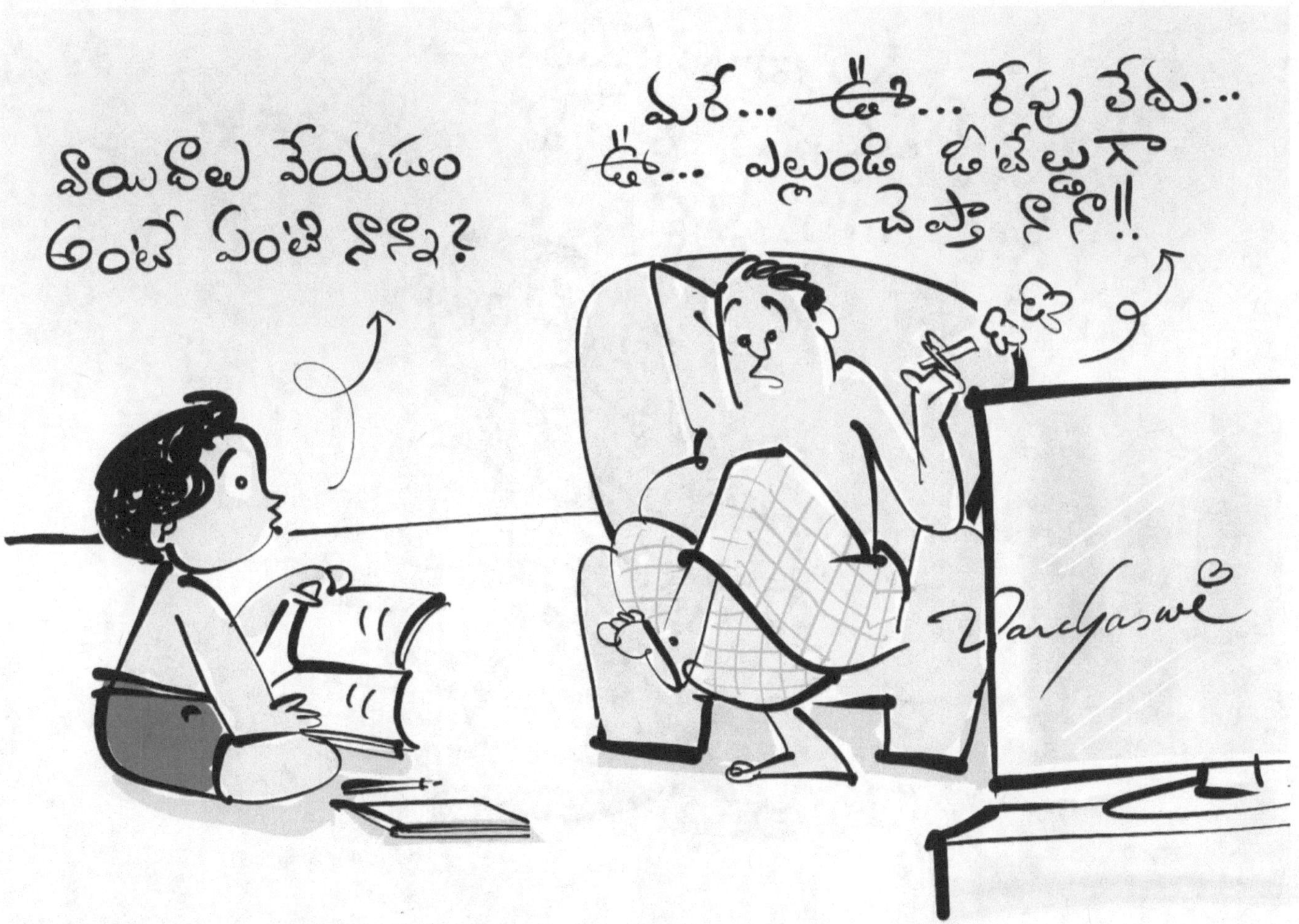

—చలి ప్రారంభమైంది... బయటికి
వచ్చేటప్పుడు స్వెట్టరు తెచ్చుకోండి...
అని మొత్తుకున్నానా?

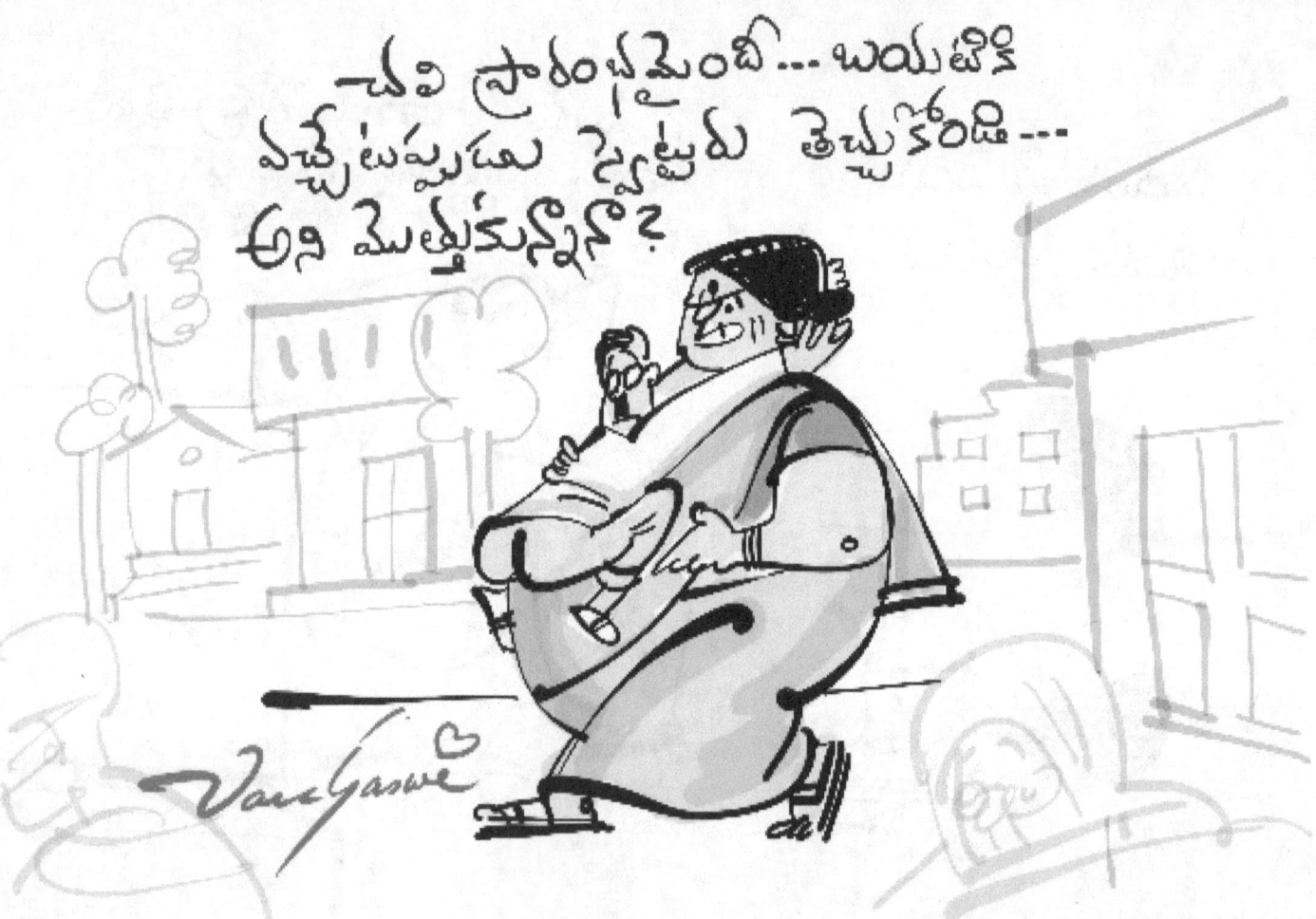

నేనేమన్నాననీ?
కోమలి కి... ఫైల్ ఇటు పట్రా అన్నా
వాళ్తో... అంతేగా!

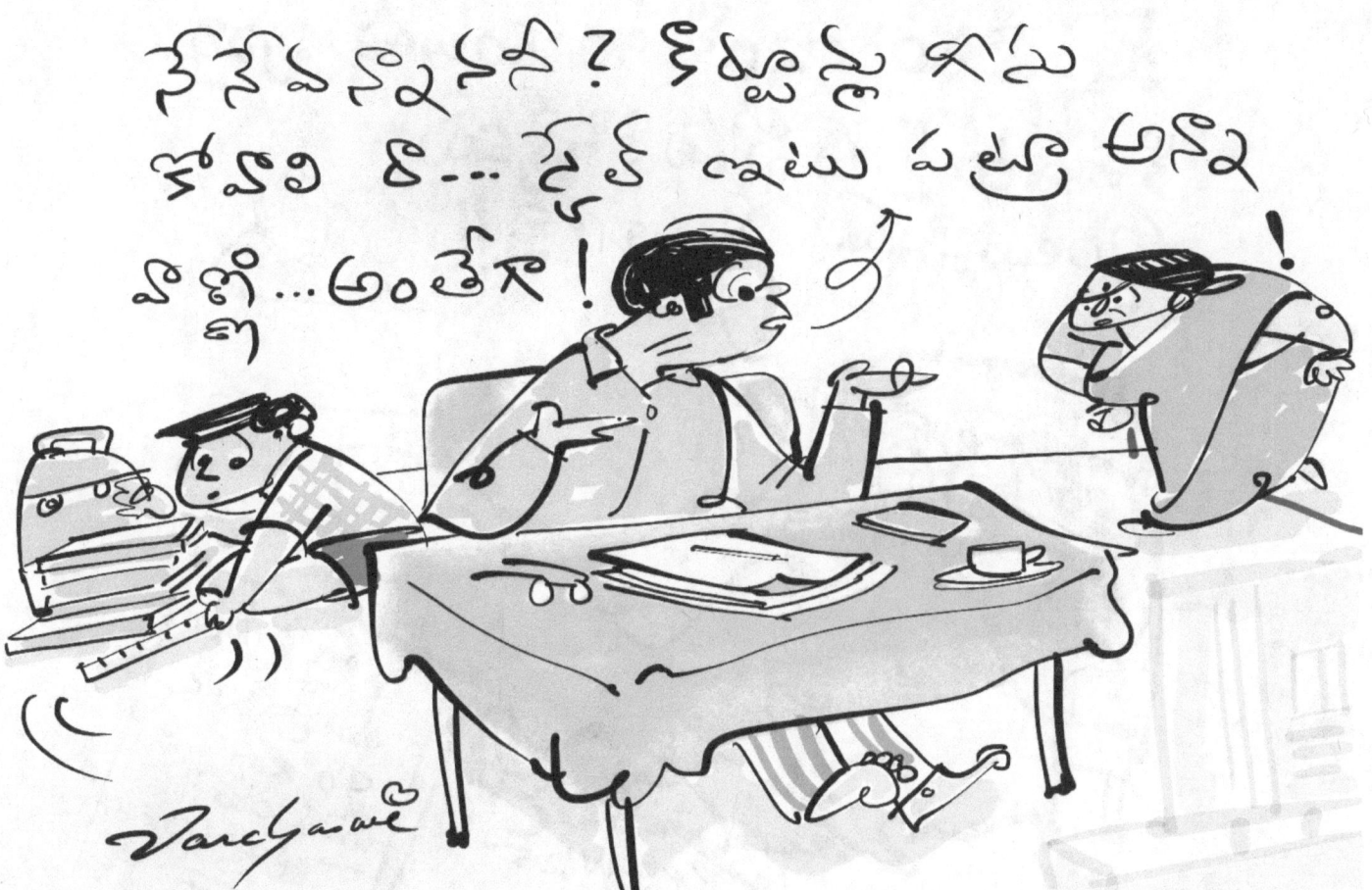

ఈ వారం ఇంకో 90 గంటలు పూర్తి కాలేదట!! ఆఫీసుకొచ్చేయ్ అంటున్నాడు మా బాస్!!
భార్యనే ఏం చూస్తారు? 90 గం॥ పని చేయండి!! — చైర్మన్, xyz co.
10 JAN'25

గొప్ప కానుకిచ్చుండాలే మీ వారు ?
ఆc... ఇచ్చారు ఇచ్చారు! "కానుకవేమి నేను ఇవ్వగలను? కన్నీళ్ల కాటుక నేనవ్వగలను!! అని ఊర్కున్నారు!!
సార్వభౌమ — కవి

షేరక్! ఇది తెలుసా?
నా కిష్టమైన 'బిర్యానీ భోభా'
వండే ఆ హోటల్ ని
డిపార్ట్‌మెంటోళ్లు సీజ్
చేసారంట!!

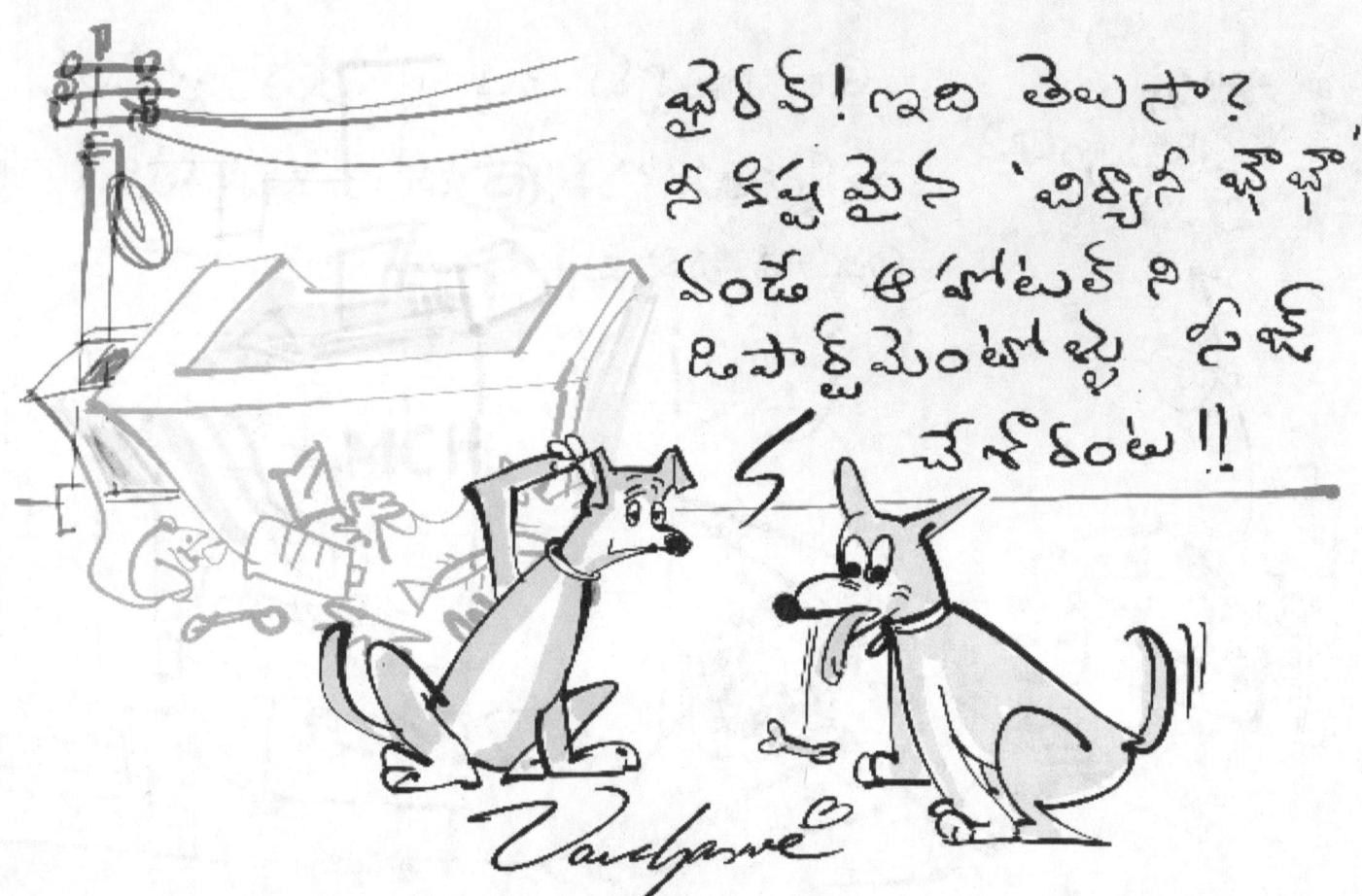

అబ్బాయి బాపూ గీసిన
బొమ్మలా ఉన్నాడు!!
నాకు నచ్చేశాడు...!!

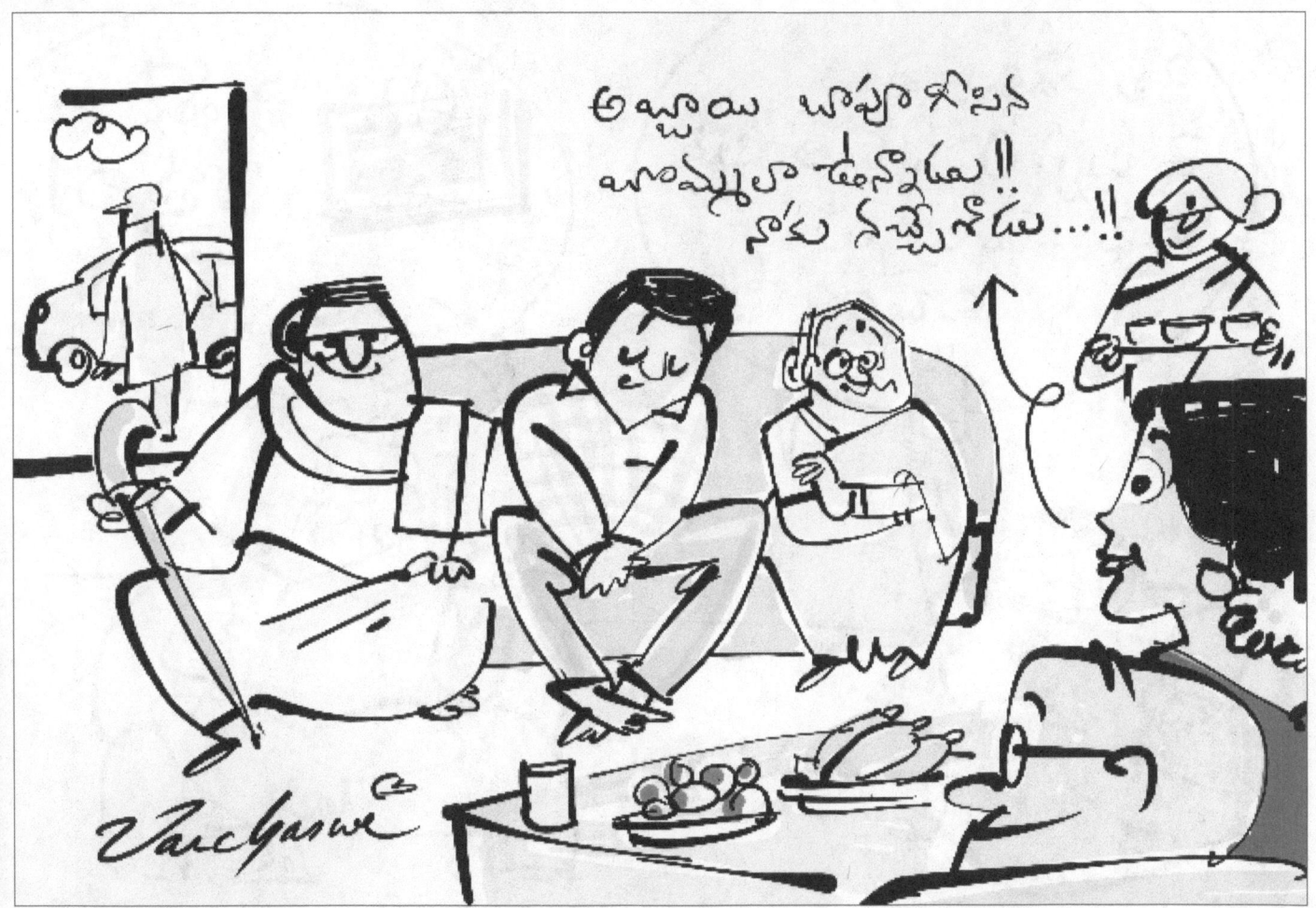

దెబ దెబ దెబ దెబ్బలు పడుతయిరో రాజా... దెబ్బలు పడ్తయిరో!!
ఆట పాతదేగా- పాట కొత్తది! పని చూడు!!

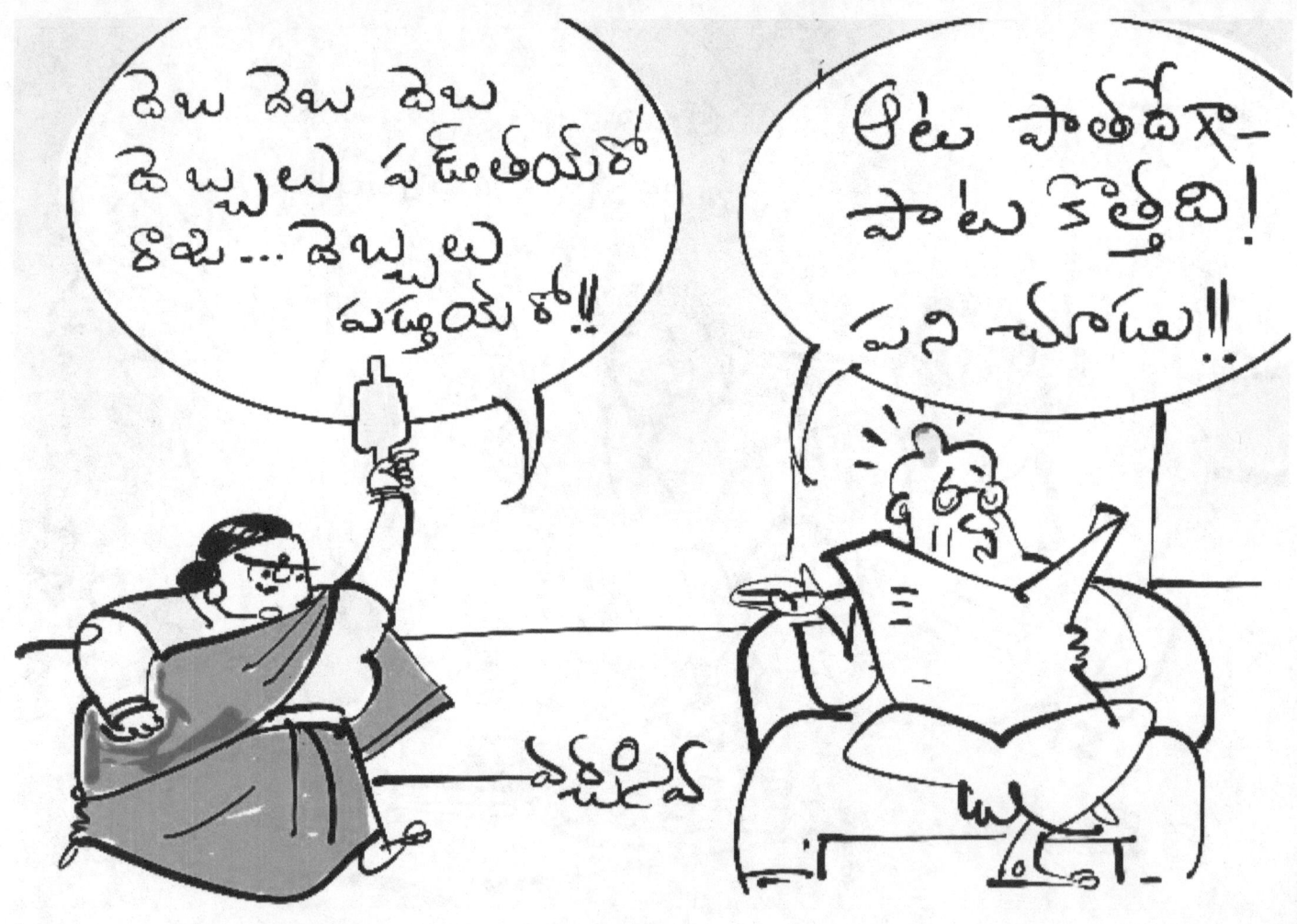

నా ఫోన్ స్టోరేజ్ నిండి పోయేంత ప్రేమగా-
రోజూ గుడ్ మార్నింగ్‌గా, గుడ్ నైటూ పిక్చులు పెడుతూ
గదా? ఏనాడైనా నాకు తిరిగి పెట్టేడిశావా ఫ్రెండ్?
కామన్ సెన్స్ ఉండొద్దూ?

అంట్లూ బట్టలూ పూర్తి చేసుకుని... ఇక ఏ సోంబేరోడితో తిరిగినా ఒకే అందిరా మావిడ!! పద... వెళ్దాం!
వర్చస్వి

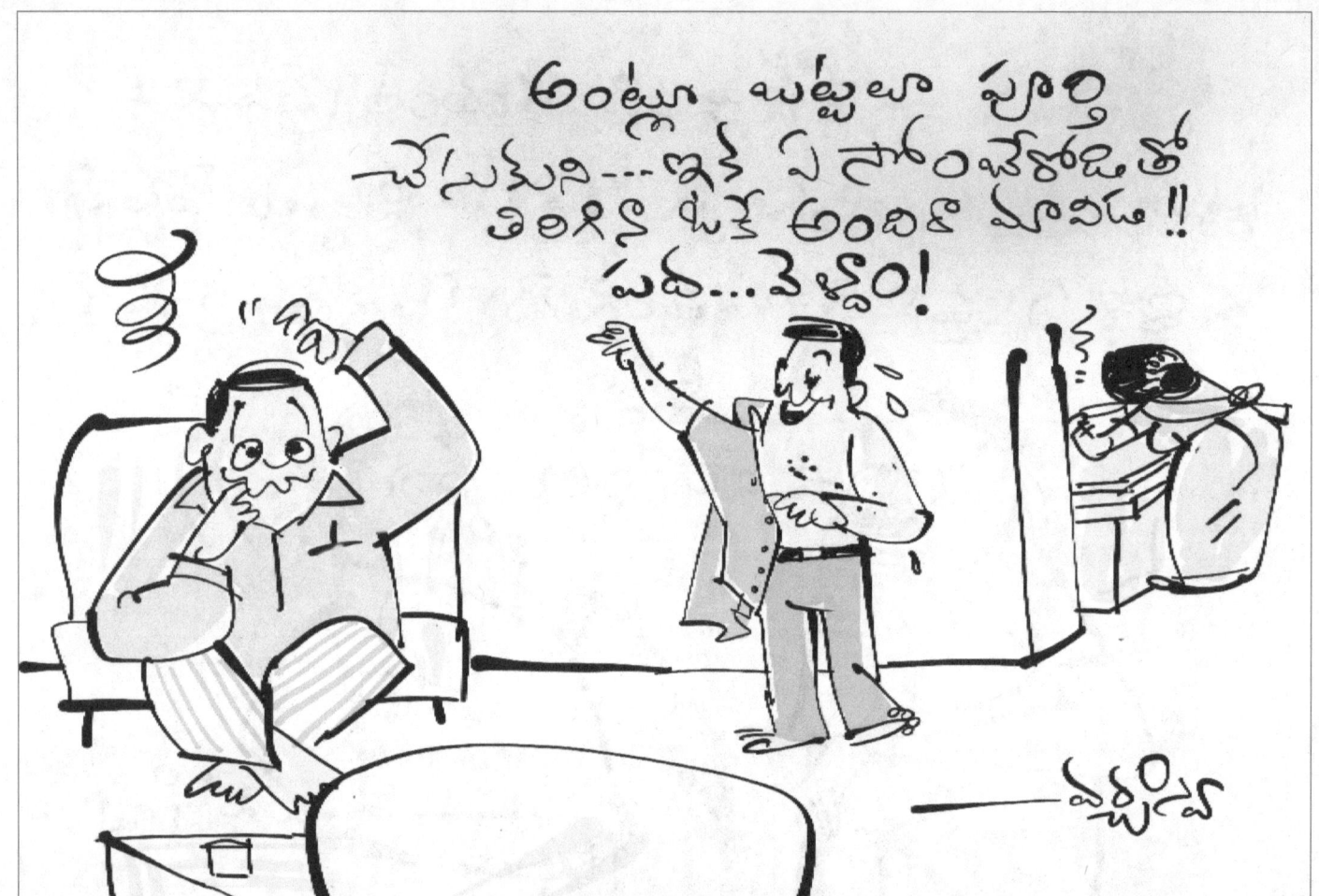

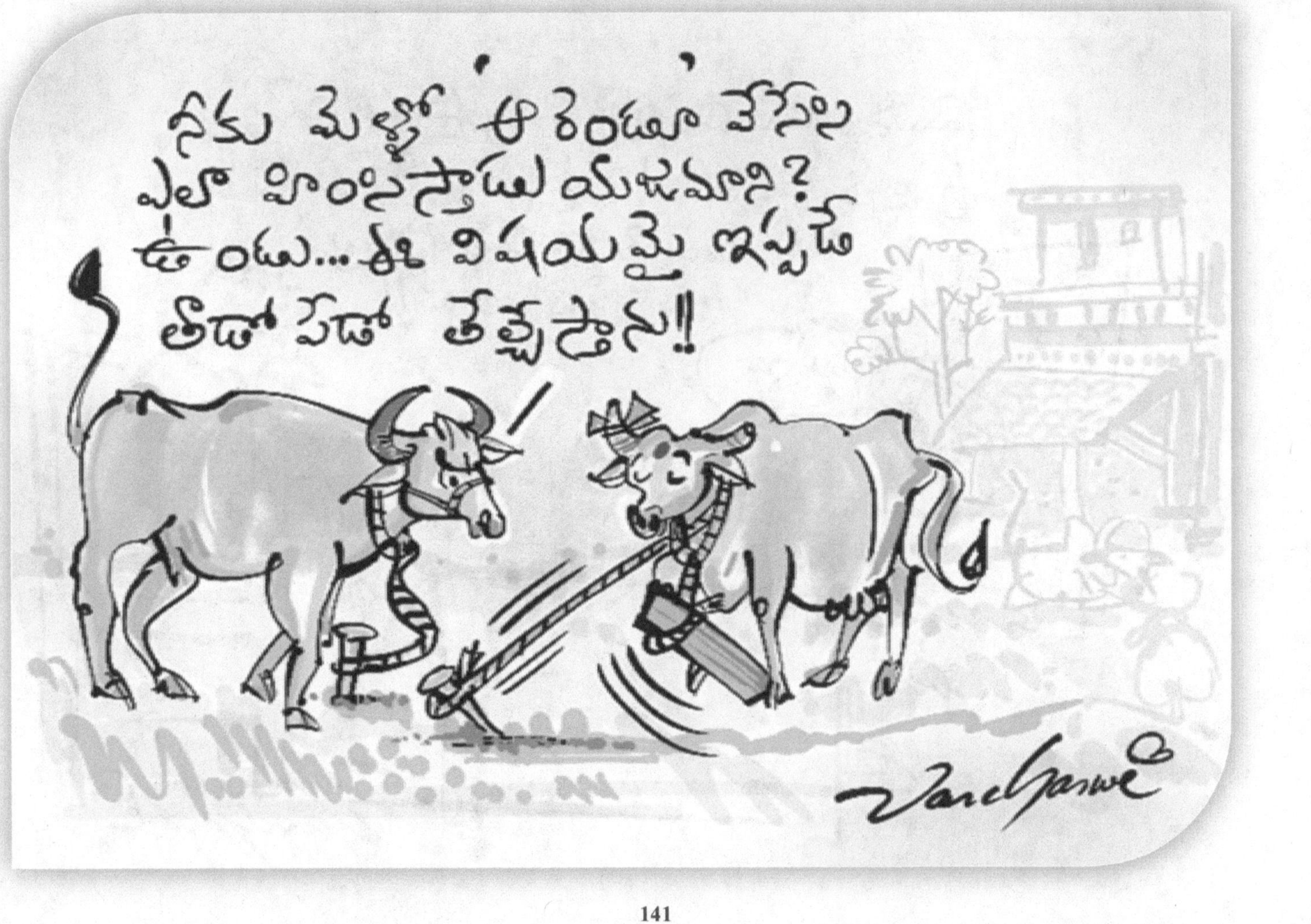

నీకు మెళ్లో 'ఆ రెండూ' వేసేసి
ఎలా పిండిస్తావు యజమాని?
ఉండు... ఈ విషయమై ఇప్పుడే
తాడో పేడో తేల్చేస్తాను!!

మొన్న మీ యింటికొచ్చి సలహా ఇస్తే
'ఉచిత సలహాలు ఇవ్వకు... అన్నావ్‌గా!!
ఇప్పుడు రెండువేలు కట్టు
సలహా కావాలంటే!!
ఉచిత్
MALLB
అడ్వొకేట్

ఫలానా దినం - అని ఉండేది కాదు గానీ
అప్పట్లో మనం మాత్రం ఏం తక్కువ
తిన్నాం గుర్తుందా? చెప్పు?
Varchaswi

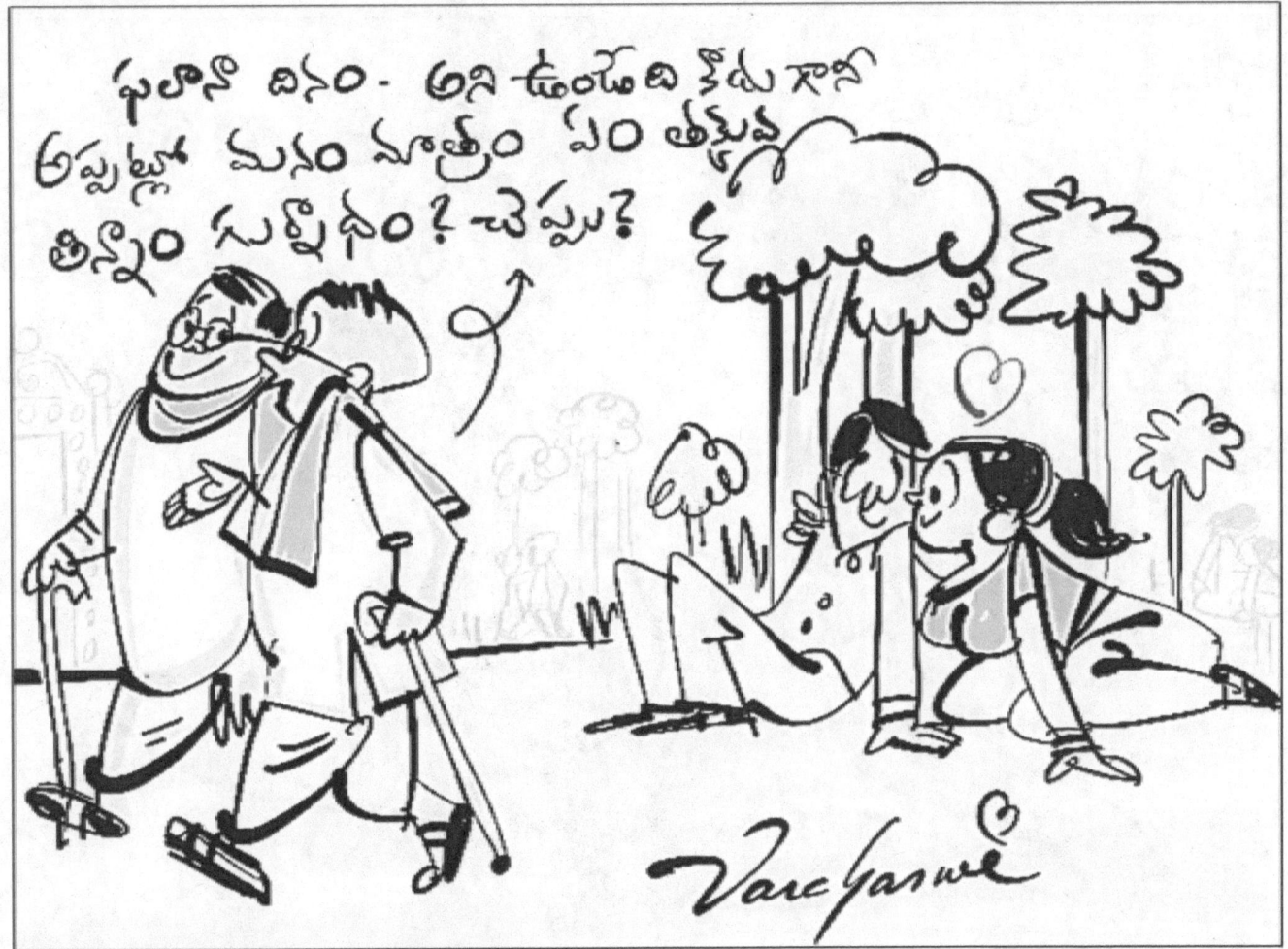

నేనో తూతూ మంత్రపు ఆపరేషన్ చేస్తే ...వాడి బంధువులు నా మీద దాడి చేశారు! నువ్వో?
ఆ ఆపరేషన్ చేయించుకుంది నేనేరా యముడా!

'గుడ్డ్' బాయ్!

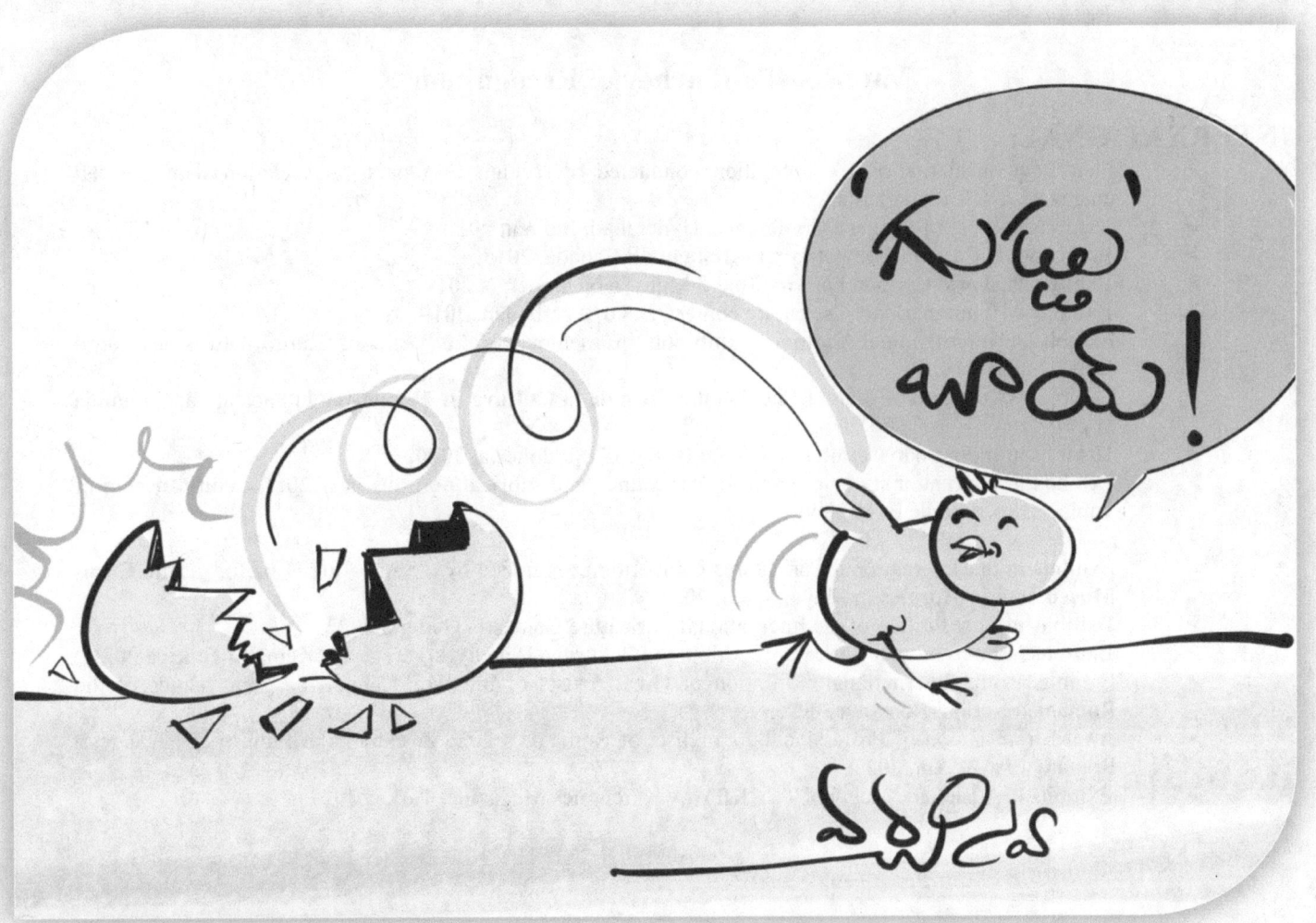

Varchaswi's Journey of Recognition

INTERNATIONAL:

- First Prize inInternational Competition conducted by Telugu Cartoonists Association with NADHI magazine & P.R. Foundation,2013.
- Exhibits at World Telangana Conference, Hyderabad, India in 2017.
- International Cartoon Competition by Telugutalli Canada, 2018.
- Exhibits in World Cartoon Forum - Tokyo Motoazabu Gallery's 2019.
- Exhibit at 1st International Caricature contest, Baku, Azerbaijan, 2019.
- Exhibit in Internatioinal Cartoon Exhibition in memory of 20 years of Kargil Diwas at Kargil (J&K),India,2019.
- Exhibit by Noticartun Colombia, held at the **Casa de la Cultura de Facatativá** in Facatativá, Colombia in 2019.
- Exhibits in Indonesian Cartoon Fetival by PAKARTI, Indonesia, 2020.
- Exhibits in international competition for caricatures and satirical portraits in 2020, Caroon Museum of Tunis, Cairo, Middle East, 2020.
-
- Exhibits in the International Caricatures competition organized by "Se nos fue el baifo," at the **Casa-Museo Tomás Morales** in Moya, Spain, 2021.
- Exhibits in First Edition of the International Caricature Contest – Georgia 2022.
- Exhibits in International Caricature Exhibition (Cukurova Belediyesi) at Orhan Kemal – Turkiye 2022.
- Exhibits in the International exhibition of Great Artists of the World about the great names of the Romanian Nation, Romania 2022.
- Award from Union of Professional Journalists of Romania's 2023 & exhibits at Ploiesti & Bucharest, Romania, Jan & Apr.,2023.
- Exhibits in Adana and Hatay of TURKEY by Karcomics Magazine, Turkey.2025

NATIONAL:

- National award in painting (1976) conducted by S.P.Balasubrahmanyam musical and cultural association, Tenali. (Juniors)
- All India Art competition by Rotaract, Tenali (1978) (Juniors)
- Gold Medal in A.P. Lalitakala Academy's **Navarang Chitrakala Niketan** All India award, Vellaturu, AP. (1978).(Juniors).
- Sadhana Samithi, Hyderabad's – All India Venkat Awards in Cartooning 1982,1983 and 1985.
- Special prizes in A.P.Family planning Department 's national level competition in cartooning (in the years 1984, 1985, 1987).
- Stood second in National level competition in cartooning held by ANDHRA PRABHA, Weekly (1986).
- National level winner in spot drawing competition by ANDHRA JYOTHI Daily, (1993).
- Special prize in the National Level caricature competition by Hindustan Times (1998).
- Exhibits of caricatures in the Toon-Fest, Public Gardens, Hyderabad, 2012.
- Visishta prize in National level competition by Sri Talisetti Ramarao smaraka samstha (2014).
- National level cartoon competition by 'Cartoon Watch magazine' special award in 2013 & 2014.
- Prestigious the Best cartoonist award/**life time achievement award** by Malla Jagannatham Awards jointly held by Bhuvan Cultural organization, Vizag and Hasyanandam (2015).
- Special Prize in National level cartoon competition conducted by Cartoon Watch in association with CECB (Beat pollution), 2018.
- National award for cartoon competition conducted by VISALAKSHI, Nellore, AP, India, 2018.
- Exhibit at ICCR Art Gallery, Ravindrabharathi, Hyd in a competition by TCWA and TS Director Culture, 2019.
- Vamsi Art Theaters **Venkat Award**, 2019.
- Telugu Cartoonists Day, 2019 – **SHEKAR Award**.
- Certificate of achievement (outstanding excellence) – Hope 2021 conducted by UNFORLD DREAMS, 2021.
- Special prize from CARTOON WATCH on WORLD CARTOONISTS DAY,2023.
- Stood second in National competition on ROAD SAFETY by CARTOON WATCH, Chhattisgarh,2025.

KASTURI VIJAYAM

www.kasturivijayam.com
+91 9515054998

SUPPORTS

- PUBLISH YOUR BOOK AS YOUR OWN PUBLISHER.

- PAPERBACK & E-BOOK SELF-PUBLISHING

- SUPPORT PRINT ON-DEMAND.

- YOUR PRINTED BOOKS AVAILABLE AROUND THE WORLD.

- EASY TO MANAGE YOUR BOOK'S LOGISTICS AND TRACK YOUR REPORTING.